தொலைபேசிக் கண்ணீர்

D1680699

அப்துல் ரகுமான்

நேஷனல் பப்ளிஷர்ஸ்
2, வடக்கு உஸ்மான் சாலை,
(கோடம்பாக்கம் மேம்பாலம் அருகில்),
தியாகராய நகர், சென்னை - 600 017.
✆ : 2834 3385

● தொலைபேசிக் கண்ணீர்
அப்துல் ரகுமான்
உரிமை © S. வஹிதா
முதற் பதிப்பு - செப்டம்பர், 1999
மறுபதிப்பு - 2003, 2009, 2017 - நவம்பர் - 2018

வெளியீடு

நேஷனல் பப்ளிஷர்ஸ்
2, வடக்கு உஸ்மான் சாலை,
முதல் மாடி, தியாகராயர் நகர், சென்னை-600 017.
தொலைபேசி : 044 - 28343385

அச்சிட்டோர்

நொவினோ ஆப்செட் பிரிண்டிங் கம்பெனி
சென்னை-600 005.

பக்கங்கள் : 128 (கிரவுன்)

விலை : **ரூ. 75.00**

ISBN : 978-93-87854-21-5

Tholaipesik Kanneer
Author : **Abdul Rahman**
Copy right © S. Wahida
First Edition - September, 1999
Re Edition - 2003, 2009, 2017
This Edition - November, 2018

Publisher :
National Publishers
2, North Usman Road,
(Near Kodambakkam Overbridge)
T. Nagar, Chennai - 600 017.
✆ : 044 - 28343385

Printed by :
Noveno Offset Printing Company
Chennai - 600 005.

No. of Pages : 128 (Crown)

Price : Rs. 75.00

முன்னுரை

1995களில் நான் எழுதிய 102 கட்டுரைகளிலிருந்து கவிதை புதுக்கவிதை தொடர்பான கட்டுரைகளை மட்டும் இதில் தொகுத்திருக்கிறேன்.

சங்க இலக்கியத்திலேயே புதுக்கவிதைக் கூறுகள் தோன்றிவிட்டன என்பதை முதலிரண்டு கட்டுரை கள் விளக்குகின்றன.

பழங்கவிஞர்க்கும் புதுக்கவிஞர்க்கும் கருப்பையாக இருந்துவரும் பைபிளின் சிறப்பை ஒரு கட்டுரை உணர்த்துகிறது.

இந்திய, மேனாட்டுக் கவிஞர்களின் கவிதைகளை ஆதாரமாக வைத்துக் கொண்டு புதுக்கவிதையின் பண்புகளைச் சில கட்டுரைகள் விவரிக்கின்றன.

தமிழுக்கு இதுவரை அறிமுகம் ஆகாத கடு முனைப்பியம் (ultraism), படைப்பியம் (creationism) ஆகியவற்றை இரு கட்டுரைகள் அறிமுகப்படுத் துகின்றன.

நவீனத்துவம் கவிதையைப் பாதித்தது போன்றே ஓவியம், திரைப்படம் போன்ற பிற கலைகளையும் பாதித்தது. அவற்றிலிருந்தும் கவிதை கற்றுக் கொள்ள விஷயங்கள் இருக்கின்றன என்பதை இரு கட்டுரைகள் விளக்குகின்றன.

இந்தக் கட்டுரைகள் புதுக்கவிதையின் சில பண்பு களையும், பரிமாணங்களையும் காட்ட முயல்கின்றன.

அப்துல் ரகுமான்

பொருளடக்கம்

புதுமையைக் கொண்டாடுவோம்...5
இலக்கணம் மீறிய கவிதைகள்...10
கவிஞன் ஒரு தேனீ...15
காயத்தின் வாய்...19
தொலைபேசிக் கண்ணீர்...26
வெண்டளைக்குள் அடங்குமா வெள்ளம்?...32
கிதார் ஒரு கிணறு...37
குட்டிக் கடவுள்...42
என்றும் பதினாறு...45
காதலின் கண்கள்...52
இம்சைச் சடங்கு...58
யாருடைய சமாதி?...62
அறியாததை நோக்கி... 67
நிலா நிலா இல்லை...72
குழந்தை போல் ஒரு கவிதை...76
தூரத்துப் புகை...82
தேவதையின் சிறகு...88
பழைய குளம்...92
அலுவலகச் சாளரங்கள்...97
இத்தினியூண்டு அற்புதம்...101
கடைசி வார்த்தை...106
ரோஜா என்றால் ரோஜாதான்...112
அறைக்குள் அறை...116
வள்ளி சிரிக்கிறாள்...120

புதுமையைக் கொண்டாடுவோம்

புதுக்கவிதை அண்மையில் வெளிநாட்டிலிருந்து இறக்குமதியான சரக்கு என்பதாகப் பலர் நினைக்கிறார்கள். இது தவறு.

படைப்புத்திறன் மிகுந்த கவிஞன் எழுதுகின்ற ஒவ்வொன்றும் புதுக்கவிதைதான்.

படைப்பு என்றாலே புதுமை என்றுதான் பொருள்.

சூரியன் பழையவன்தான். ஆனால் அவன் ஒவ்வோர் உதயத்திலும் ஒரு புதிய நாளைக் கொண்டுவருகிறான்.

மொழி பழையதுதான். ஆனால் ஒவ்வொரு படைப்பும் புத்துயிர்ப்பைக் கொண்டு வருகிறது.

சுவாசிப்பது பழைய பழக்கம்தான். ஆனால் ஒவ்வொரு முறை நாம் சுவாசிக்கும் போதும் பழைய காற்றை

வெளியேற்றி விட்டுப் புதிய காற்றையே உள்ளிழுக் கிறோம்.

மொழி புதிய படைப்பைச் சுவாசிப்பதால் உயிர் வாழ்கிறது.

நம் முன்னோர்களுக்கு இது தெரியாமலில்லை.

நமக்குக் கிடைத்த மிகப் பழைய இலக்கண நூல் தொல் காப்பியம். அதிலேயே புதுக்கவிதைக்கு இடம் தரப்பட்டிருக்கிறது.

> விருந்தே தானும்
> புதுவது கிளந்த யாப்பின் மேற்றே

என்கிறார் தொல்காப்பியர்.

புதிய பொருளைப் புதிய வடிவில் சொல்லுவது 'விருந்து' என்பது இதன் பொருள்.

புதுக்கவிதைக்கு இதுதான் இலக்கணம். 'விருந்து' என்ற சொல்லுக்குப் புதுமை என்று பொருள்.

அதாவது புதுக்கவிதைக்குத் தொல்காப்பியர் வைத்த பெயர் 'விருந்து'.

உலகத்தில் உள்ள பொருள்களெல்லாம் பழையவைதாமே, உணர்வுகளும் பழையவைதாமே, அப்படி இருக்கும் போது எது புதுப் பொருள்? அப்படி ஏதும் உண்டா? என்று கேட்கலாம்.

ஓரளவுக்கு உண்மைதான். ஆனால் அறிவியல் முன்னேற்றத்தால் புதிய பொருள்களும் தோன்றாமலில்லை.

நாகரிகத்தின் காரணமாகச் சமூகத்திலும் பல புதிய சிக்கல்களும் தோன்றுகின்றன. இதனால் மனிதன் பல புதிய அனுபவங்களைப் பெறுகிறான். இந்த அனுபவத்தால் உணர்வுகளும் புதியனவாகத் தோன்றுகின்றன.

இவையெல்லாம் இல்லாத பழங்காலத்தில் புதுக் கவிதை எப்படி எழுதுவது?

பொருள் பழையதானாலும் படைப்பாளன் அப்பொருளைப் புதிய கோணத்தில் பார்ப்பான். அதனால் அப்பொருளின் புதிய பரிமாணம் அவனுக்குத் தரிசனமாகும். இதனால் உணர்வுகளும் புதுமையாகத் தோன்றும்.

கவிஞன் இந்தப் புதிய உணர்வனுபவத்தை எழுதுவதால் பொருள் பழையதானாலும் கவிதை புதியதாகிவிடுகிறது.

யாப்பைப் பொறுத்த வரையிலும் காலந்தோறும் புதுப்புது யாப்பு வடிவங்கள் தோன்றிக் கொண்டே இருக்கின்றன.

கலித்தொகையில் ஒரு கவிதை. காதலன் கடமை ஆற்றப் பிரிந்து சென்ற போது இளவேனிற் காலத்தில் வருவேன் என்று வாக்களித்துச் சென்றான். இளவேனிற் காலம் வந்தது. ஆனால் அவன் வரவில்லை. இதைச் சொல்லிப் புலம்புகிறாள் காதலி.

இதோ, இளவேனிற் காலம் வந்துவிட்டது. மதுரை நகரத்து மக்கள் ஒன்றாகக் கூடிக் கவிஞர்கள் புதிது புதிதாய்ப் பாடும் கவிதைகளைக் கேட்டு மகிழும் காலம் அல்லவா இது? இந்தக் காலத்தில்தானே காதலன் திரும்பி வருவேன் என்று சொன்னான்? ஆனால் வரவில்லையே' என்று புலம்புகிறாள் காதலி.

நிலன் நாவில் திரிதரூஉம்
நீள் மாடக் கூடலார்
புலன் நாவில் பிறந்த சொல்
புதிது உண்ணும் பொழுதன்றோ?
.....
நமக்கு அவர்
வருதும் என்று உரைத்ததை
– பாலைக் கலி 34

பழங்காலத்தில் கவிஞர்கள் புலவர்கள் எனப் பட்டனர். புலவன் என்ற சொல் புலன் என்ற சொல்லிலிருந்து தோன்றியது.

புலன் என்றால் அறிவு என்று பொருள். அதாவது அறிவு மிகுந்தவர்தான் கவிதை பாட முடியும் என்பது கருத்து.

புலன் என்பதை ஐம்புலன் என்றும் கொள்ளலாம். அவ்வாறு கொண்டால் கண்டு, கேட்டு, உண்டு, உயிர்த்து, உற்று அறியும் ஐம்புலன்களால் அனுபவித்தவற்றை எழுதுகிறவன் புலவன் என்றாகும்.

கவிதை என்பது செய்யப்படுவதல்ல. பூவைப் போல், குழந்தையைப் போல் இயற்கையாகப் பிறப்பது. நாவில் பிறப்பது. அதனால்தான் 'புலன் நாவில் பிறந்த சொல்' எனப்பட்டது.

அப்படிப் பிறப்பது புதிதாகத்தான் இருக்கும். புதியது சுவையாக இருக்கும். கவிதை புதியதாகவும், சுவையாகவும் இருப்பதால் அதை 'உண்டு' மகிழ்வார்களாம் மக்கள்.

'அறிவினையுடைய சான்றோர் நாவிற் பிறந்த கவிகளின் புதுமையைக் கொண்டாடும் இளவேனில்' என்று இந்த வரிகளுக்குப் பொருள் கூறுகிறார் நச்சினார்க்கினியர்.

அக்காலத்துத் தமிழர்கள் இளவேனிற் காலத்தை எவ்வளவு அழகாகக் கொண்டாடி இருக்கிறார்கள்!

இதே வரிகளுக்குப் பொருள் கூற வந்த இளவழகனார், புலன் என்பதற்கு 'அறிவிலும், அன்பிலும், அருளிலும் தோய்ந்தெழுந்த அழகிய பாட்டுக்கள்' என்று அழகாக விளக்கம் தருகிறார்.

புதிது என்பதற்குப் 'புதிது புதிதாகக் கண்டுணரப்பட்டு அறிவுக்கு விருந்தாயுள்ள வியத்தற்குரிய கருத்துக்கள்' என்கிறார்.

புதுக் கவிதையின் இலக்கணம் இது தான்.

இளவேனில் புதிய பூக்கள் மலரும் காலம். அந்தக் காலத்தில் கவிஞர்கள் நாவிலும் புதிய பூக்கள் மலர்ந்தன.

ஆம். கவிதை என்பது நாவில் பூக்கும் மலர்தான்.

புதிய பூக்களின் தேனை வண்டுகள் உண்டு மகிழ்வதைப் போலவே புதுக் கவிதைகளின் சுவையை அனுபவித்து மகிழ்ந்திருக்கின்றனர் மக்கள்.

எனக்காக வராவிட்டாலும், இந்தப் புதுக்கவிதைகளைச் சுவைக்கவாவது வந்திருக்கவேண்டாமோ காதலன்? எவ்வளவு பெரிய இன்பத்தை இழந்து விட்டான்? என்பது காதலியின் ஆதங்கம்.

இதில் இன்னொரு குறிப்பும் உண்டு 'நானும் புதுக்கவிதை தானே? ஒவ்வொரு முறை படிக்கும் போதும் புதுப்புது அனுபவங்களைத் தரும் புதுக்கவிதை. இந்தப் புதுக் கவிதையைப் படித்துச் சுவைக்க வேண்டிய காலமல்லவா இது? இதை விட வேறென்ன முக்கியமான வேலை அவனுக்கு? சுவைப்பவன் இல்லையென்றால் கவிதை பிறந்து என்ன பயன்? என்ற காதலியின் உணர்வுகளும் இந்த வரிகளில் ஒலிக்கின்றன.

∎

இலக்கணம் மீறிய கவிதைகள்

தமிழில், இரண்டாயிரம் ஆண்டுக்கு முன்பே சங்க காலத்திலேயே புதுக்கவிதை தோன்றிவிட்டது.

பெண்கள் பெருமைப்பட்டுக்கொள்ளலாம். ஏனெனில் இந்தச் சாதனையைச் செய்தவர்கள் பெண்களே.

தமிழில் வடிவ அளவில் முதன் முதலாக இலக்கணம் மீறிப் புதுக்கவிதை படைத்தவர் ஔவையார்.

தமிழ்ப் புலவர்களையும், கலைஞர்களையும் ஆதரித்து வந்த, கடையெழு வள்ளல்களில் ஒருவனாகிய அதியமான் நெடுமான் அஞ்சி இறந்துவிடுகிறான்.

அந்தத் துயரம் தாளாமல் ஔவையார் புலம்புகிறார். அந்தப் புலம்பல் 'சிறிய கள் பெறினே' என்ற கவிதையாக வடிவெடுக்கிறது.

அந்தக் கவிதையில் சொற்கள் கண்ணீர்த் துளிகளாகச் சொரிகின்றன. கட்டுக்கடங்காத துயரம் கரைகளை உடைத்துக் கொண்டு பாய்கிறது. கவிதையும் இலக்கணங் களை உடைத்துக் கொண்டு பாய்கிறது.

ஔவையார் இலக்கணம் தெரியாதவர் அல்லர். ஆனால் கட்டுக்கடங்காத உணர்ச்சி இலக்கணங்களைப் பார்த்துக் கொண்டிருக்காது.

கண்ணீர்த் துளிகள் கட்டளைக் கலித்துறைக்குள் கட்டுப் படுமா?

அழுகை ஆசிரியப் பாவுக்குள் அடங்குமா?

இலக்கணங்களை மீறுவதுதான் உணர்ச்சிகளின் இலக் கணம்.

'சிறிய கள் பெறினே எமக்கீயும் மன்னே' என்று அந்தக் கவிதை ஆசிரியப் பாவாகத் தொடங்குகிறது. ஆனால் போகப் போக இலக்கணங்களை எல்லாம் உடைத்துக் கொண்டு பீறிடுகிறது.

ஆசிரியப்பா இலக்கணப்படி ஒவ்வோர் அடியிலும் நான்கு சீர் வர வேண்டும். ஆனால் ஔவையாரின் கவிதையில் 'என்பொடு / தடிபடு / வழியெல்லா / மெமக்கீயு / மன்னே' என்றும், 'அம்பொடு / வேனுழை / வழியெல்லாந் / தானிற்கு / மன்னே' என்றும் இரண்டு அடிகளில் ஐந்து சீர்கள் வருகின்றன.

'பாடுநரு / மில்லைப் / பாடு / நர்க்கொன் / றீகுநரு / மில்லை' என்ற அடியில் ஆறுசீர் வருகிறது.

ஆசிரியப் பாவில் அகவல் ஓசை வரவேண்டும். ஆனால் 'அருந்தலை யிரும்பாண ரகன்மண்டைத் துளையுரீஇ' என்ற அடியில் கலிப்பாவுக்குரிய துள்ளல் ஓசை அமைந் திருக்கிறது.

சங்க காலம் இலக்கணக் கட்டுப்பாடுகளை அதிகமாக மதித்த காலம். அப்படி இருந்தும் 'இலக்கணப் பிழை'

யுடைய ஔவையாரின் கவிதையைச் சங்கப் புலவர்கள் தூக்கி எறிந்துவிடவில்லை.

அந்தக் கவிதையின் உணர்ச்சிக்கு, அழகுக்கு மதிப்புக் கொடுத்துப் புறநானூற்றில் சேர்த்துக் கொண்டார்கள்.

உள்ளடக்கத்திலும் இலக்கணம் மீறிப் புதுக்கவிதை படைத்தவரும் ஒரு பெண்தான்; நக்கண்ணையார்.

காதல் கவிதைகளைச் சங்க காலத்தில் அகப்பொருள் பாடல்கள் என்பார்கள். அகப்பொருள் இலக்கணப்படி காதல் என்றால் ஆணும் பெண்ணும் ஒருவரை ஒருவர் விரும்பும் மனமொத்த காதலாக இருக்க வேண்டும்.

ஆணோ, பெண்ணோ ஒருவர் மட்டும் விரும்பும் ஒரு தலைக் காதலுக்கு அகப்பொருளில் இடமில்லை. அதாவது ஒருதலை ராகம் அகப்பொருள் இலக்கணப்படி அபசுரம்.

நக்கண்ணை சோழ இளவரசன் போர்வைக் கோப்பெரு நற்கிள்ளி என்பவனைக் காதலித்தார். நற்கிள்ளிக்கு இவருடைய காதலைப் பற்றித் தெரியாது.

நக்கண்ணை தம் காதலைக் கவிதைகளில் கொட்டினார்.

காதலுக்குக் கண்ணில்லாதபோது இலக்கணத்தை மட்டும் அது எப்படிப் பார்க்கும்?

சங்கப் புலவர்களுக்கு இக்கட்டான சூழ்நிலை. ஒருதலைக் காதலாக இருப்பதால் நக்கண்ணையின் கவிதைகளை அகப்பொருள் கவிதைகளாக ஏற்றுக்கொள்ள முடிய வில்லை. கவிதைகள் அழகாக, உணர்ச்சிகரமாக இருந்த தால் புறக்கணிக்கவும் முடியவில்லை.

எனவே அவர்கள் புறப்பொருள் கவிதைகளின் தொகுப் பாகிய புறநானூற்றில் நக்கண்ணையின் கவிதைகளுக்கு இடம் கொடுத்து அவற்றுக்கு மதிப்பை அளித்து விட்டார்கள்.

இந்த இரண்டு உதாரணங்களும் நமக்கு உணர்த்துவது, உணர்ச்சி பெருக்கெடுத்து ஓடும்போது இலக்கணக்

கட்டுப்பாட்டை அது லட்சியம் செய்வதில்லை. அப்படி இலக்கணம் மீறிய கவிதைகளைச் சங்ககாலப் புலவர்கள் இலக்கணத்துக்கு மட்டுமே முக்கியத்துவம் கொடுத்துப் புறக்கணித்துவிடவுமில்லை.

முக்கியத்துவம் இலக்கியத்துக்குத்தான், இலக்கணத்திற் கல்ல என்ற அறிவு சங்க காலப் புலவர்களுக்கு இருந்திருக் கிறது.

படைப்பிலக்கியத்தை நன்றாகச் செய்யக்கூடிய தகுதி பெண்களுக்குத்தான் உண்டு. ஏனெனில் இயற்கையாகவே அவர்கள் படைப்பவர்களாக இருக்கிறார்கள். கருவடை வதும், பெறுவதும் அவர்கள் அல்லவா?

ஏன் ஆண்களில் கவிஞர்களும், கலைஞர்களும் இல்லையா என்று கேட்கலாம்.

எந்த ஆணிடம் பெண் தன்மை மிகுந்திருக்கிறதோ அவன் தான் கவிஞனாகவோ, கலைஞனாகவோ ஆகிறான்.

கவிஞர்களையும், கலைஞர்களையும் கூர்ந்து கவனித்துப் பார்த்தால் இந்த உண்மையைத் தெரிந்து கொள்ளலாம்.

அப்படியென்றால் கலை, இலக்கியத் துறைகளில் பெண் கள் அல்லவா அதிகமாக இருக்க வேண்டும்? உண்மையில் அப்படி இல்லையே? என்று கேட்கலாம். இதற்கு ஒரு காரணம் இருக்கிறது. இந்தக் காரணம் நக்கண்ணையின் கவிதையிலேயே இருக்கிறது.

நற்கிள்ளி மீது நக்கண்ணை கொண்ட காதல் ஏக்கத்தால் அவர் உடல் மெலிந்து வளையல்கள் கையிலிருந்து கழன்று விடுகின்றன. இதனால் தன் காதல் எங்கே தாய்க்குத் தெரிந்துவிடுமோ என்று அவருக்கு பயம்.

மற்போரில் வீரனான நள்கிள்ளியின் வலிமையான தோள் களைத் தழுவிக்கொள்ள வேண்டும் என்று அவருக்கு ஆசை. ஆனால் ஊர் என்ன நினைக்குமோ என்று நாணம்.

அம்மாவும், ஊரும் இல்லாதிருந்தால் எவ்வளவு நன்றாக இருந்திருக்கும் என்று ஏங்குகிறார். தன் காதலுக்கு எதிரியாக இருக்கும் சமூகம் தன்னைப் போலவே வேதனை அடையட்டும் என்று சபிக்கிறார்.

அடிபுனை தொடுகழல்
மைஅணல் காளைக்கு என்
தொடி கழித்து இடுதல்
யாய் அஞ்சுவலே;
அடுதோள் முயங்கல்
அவை நாணுவலே;
என்போல் பெரு விதுப்பு
உறுக, என்றும்
ஒருபால் படாஅதாகி
இருபால் பட்ட இம்
மையல் ஊரே!
– புறநானூறு, 83

(அணல் - தாடி; தொடி - வளையல்; யாய் - தாய்; முயங்கல் - தழுவல்; விதுப்பு - நடுக்கம்; மையல் - மயக்கம்.)

பிரச்சினை இதுதான். பெண் தன் உணர்ச்சிகளை வெளிப்படுத்த அஞ்சுகிறாள். சமூகக் கட்டுப்பாடுகள் அவளைத் தடுக்கின்றன. மீறி வெளிப்படுத்துகிறவள் பாதிப்புக்கு ஆளாகிறாள்.

ஆணும் தன் உணர்ச்சிகளை வெளிப்படுத்துவதால் பாதிப்பு அடைவான் என்றாலும் அது பெண் அளவுக்கு அல்ல. மேலும் இத்தகைய பாதிப்புகளைப் பற்றிக் கவலைப்படாதவனாகவும் இருக்கிறான் ஆண்.

பாதிப்பைப் பற்றிய அச்சமே கலை இலக்கியத் துறைகளில் பெண்கள் அதிகமாகப் பங்கு பெற முடியாதவாறு தடுத்து வைத்திருக்கிறது.

■

கவிஞன் ஒரு தேனீ

நல்ல கவிஞன் தேனீயாக இருக்கிறான்.தேனீயும் ஈதான். ஆனால் வித்தியாசமான ஈ.

மற்ற ஈக்கள் கழிவுகளை நாடும். தேனீயோ மலர்களை மட்டுமே நாடும்.

மற்ற ஈக்களுக்கு அழுக்கே ஆகாரம். தேனீக்கோ மனிதர்களே உயர்வாக மதிக்கும் தேன் மட்டுமே ஆகாரம்.

தேன் கிடைக்கவில்லை என்பதற்காகத் தேனீ கழிவுகளை உண்பதில்லை. பசிக்காக அது சமரசம் செய்துகொள்வதில்லை.

தேனீயின் ரசனை உயர்ந்தது. அது அழகானதை, இனிமையானதை நாடுகிறது. மிக உயர்ந்ததை விரும்புகிறது.

பூ தாவரத்தின் சாரம். அதன் பரிணாம உச்சம். தேன் பூவின் சாரம். அதன் ரகசியம்.

கவிஞன் மானுட மலர்களின் தேனைத் திரட்டுகிறவனாக இருக்கிறான்.

தேனைப் பெறுவதற்காகத் தேனீ எவ்வளவு தூரமானாலும் பறந்து செல்கிறது. அது அலுத்துக் கொள்வதுமில்லை; சலித்துக் கொள்வதுமில்லை.

தேனீக்குத் தேச எல்லைக் கோடுகள் இல்லை.

கவிஞனுக்கும் அப்படித்தான்.

தேனீ மலர்களில் பேதம் பாராட்டுவதில்லை. ஏனெனில் எந்தப் பூவிலிருந்து எடுக்கப்பட்டாலும் தேனில் பேதமிருப்பதில்லை.

மனிதர்களில் பேதமிருக்கலாம். ஆனால் அவர்களுடைய சாரத்தில் பேதமில்லை. இதைக் கவிஞன் அறிகிறான்.

தேனில் பூக்களின் விலாசம் இருப்பதில்லை. எனவே **அது** பொதுமையாகிறது.

மனித மலர்களின் சாரத்தைப் பாடுகிறவன் பொதுமை யைப் பாடுகிறான். எனவே அவன் கவிதைக்கு அகிலத்துவம் (universality) கிடைக்கிறது. அதனால் அவன் மகாகவி எனப்படுகிறான்.

தேனீ தேனை இரவலாகப் பெறுவதில்லை. தன் சொந்த உழைப்பாலேயே பெறுகிறது. நல்ல கவிஞனும் தன் கவிதைக்கான உணர்வைச் சுய அனுபவத்தால் பெறு கிறான்.

தேன் உணவாகவும் இருக்கிறது. மருந்தாகவும் இருக்கிறது. நல்ல கவிதையும் அப்படித்தான்.

தேனீ தான் எடுத்த தேன் உயர்வானது என்று பிரச்சாரம் செய்வதில்லை. அந்தப் பிரச்சாரத்தைத் தேனே செய்து கொள்கிறது. அது வார்த்தைகளால் ஆன புறப் பிரச்சாரம் அல்ல.

மலர் அழிந்து விடுகிறது. ஆனால் அந்த மலரிலிருந்து எடுத்த தேன் அழிவதில்லை. கெடுவதுமில்லை.

மானுடத்தின் சாரத்தைப் பாடும் கவிஞனின் கவிதையும் அப்படித்தான். அது அழிவதுமில்லை கெடுவதுமில்லை. இதனால் அது நிரந்தரத்துவம் (eternity) அடைகிறது.

தேனீயால் மட்டுமே பூவிலிருந்து தேனை எடுக்க முடியும். கவிஞனால் மட்டுமே மானுட சாரத்தை எடுக்க முடியும். ஏனெனில் கவித்துவம் என்பது ஞானம் ஏற்றும் விளக்காக இருக்கிறது.

தேனீயும் அழகுணர்ச்சி உடையது. கவிஞனும் அழகுணர்ச்சி உடையவன்.

அழகு என்றால் தோல் அழகல்ல. சுளை அழகு. சாரத்தின் அழகு.

அழகு என்பது உண்மை. அழகு என்பது நன்மை.

சத்தியமே சுந்தரம், சிவமே (நன்மை) சுந்தரம். சத்தியம், சிவம், சுந்தரம் என்பவை வெவ்வேறல்ல. மூன்றும் ஒன்றின் பெயர்களே.

தேனீக்களும் மனிதர்களைப் போலவே சமூகமாகக் கூடி வாழ்கின்றன. வீட்டைக்கூட அழகாகக் கட்டிக் கொள்கின்றன.

தேனீக்குப் போராடும் குணமுண்டு. நல்ல கவிஞனுக்கும் அந்தக் குணம் இருக்கும். அழகையே நாடும் கவிஞன், தான் வாழும் சமூகமும் அழகாக இருக்க வேண்டும் என்று விரும்புகிறான்.

அதனால்தான் சமூகத்தில் அநீதியை, அநியாயத்தை, அக்கிரமத்தைக் கண்டால் கொதித்தெழுகிறான். எதிர்த்துப் போராடுகிறான்.

ஏனெனில் இவையெல்லாம் அவலட்சணங்கள்; அசிங்கங்கள்; ஆபாசங்கள்.

தேனைக் களவாட விரும்புகிறவர்கள் புகை மூட்டித் தேனீக்களை மயக்கமடையச் செய்து விடுகிறார்கள்.

கவிஞனையும் மயக்கமடையச் செய்யும் போதைகள் பல இருக்கின்றன.

இந்த போதைகளில் விழுந்துவிடும் கவிஞன் தேன் எடுக்க முடியாதவனாகிவிடுகிறான். அவன் போராட்டக் குணமும் அணைந்து போகிறது.

∎

காயத்தின் வாய்

திரைப்படம் தொடங்குகிறது. பெயர் 'ஒரு கவிஞனின் ரத்தம்'.

கதாநாயகன் கவிஞன். அவன் திரைச் சீலையில் தன் உருவத்தை வரைந்து கொண்டிருக்கிறான்.

கதவு தட்டப்படும் ஓசை கேட்கிறது. ஒரு கணம் அவன் பார்வை அந்தப் பக்கம் செல்கிறது.

அவன் பார்வை ஓவியத்திற்குத் திரும்பியபோது திடுக்கிடுகிறான்.

ஓவியத்தின் வாயில் பற்கள் முளைத்திருக்கின்றன. அது உயிர் பெற்று நெளிகிறது.

அவன் அதைக் கையால் அழிப்பதற்குத் தீவிரமாக முயல்கிறான்.

வாசலுக்குச் சென்று கதவு திறக்கிறான். அங்கே அவன் நண்பன் நின்று கொண்டிருக்கிறான்.

நண்பனிடம் கை நீட்டுகிறான். நண்பன் அவன் கையை வெறித்துப் பார்த்து மிரண்டு ஓடிப் படிகளில் உருண்டு விழுகிறான்.

அவன் ஒன்றும் புரியாமல் தோளை உயர்த்திச் சிரித்து விட்டுத் திரும்புகிறான்.

பாத்திரத்தில் உள்ள தண்ணீரில் கை கழுவுகிறான். நீரில் குமிழிகள் தோன்றுகின்றன.

உற்றுப் பார்க்கிறான். ஓவிய வாய் அவன் உள்ளங் கையில் ஒட்டிக்கொண்டிருக்கிறது. அதிலிருந்துதான் குமிழிகள் வந்துகொண்டிருக்கின்றன.

அவன் அருவருப்போடு கையிலிருந்து வாயை உதற முயல்கிறான்.

'காற்று வேண்டும்' என்று வாய் கத்துகிறது.

அவன் ஜன்னல் கண்ணாடியை உடைத்துக் கையை வெளியே நீட்டுகிறான்.

இறுதியில் வாசலுக்குச் சென்று கதவை மூடித் தாழிட்டு விட்டு வருகிறான்.

கையை உயர்த்தி அங்கிருக்கும் வாயைத் தன் வாயால் ஆசையோடு முத்தமிடுகிறான்.

கையிலிருக்கும் வாய் மெல்ல நகர்ந்து கழுத்து, தோள், மார்பு என்று அவன் உடல் எங்கும் முத்தமிட்டு ஈரத் தடயத்தை விட்டபடி செல்கிறது.

கவிஞன் இன்ப பரவசத்தில் நெளிகிறான்.

அடுத்த நாள் காலை விழித்தெழுந்தபோது அந்த வாய் கையிலேயே இருக்கிறது. குறட்டை விட்டுக்கொண்டும் முனகிக் கொண்டும் இருக்கிறது.

அவன் மெல்ல எழுந்து, அறையில் இருக்கும் சாந்தாலான முழு உருவப் பெண் சிலையின் வாய் மீது, அந்த வாயை அப்புகிறான்.

உடன் அந்தச் சிலை கண் திறந்து, "ஒரு காயத்தைக் கை கழுவுவது, ஒரு காயத்தின் வாயை மூடுவது அவ்வளவு சுலபம் என்றா நினைக்கிறாய்?" என்று கவிஞனிடம் கேட்கிறது.

அறையின் கதவுகளும் ஜன்னல்களும் திடீரென்று காணாமல் போகின்றன.

வாசல் கதவு இருந்த இடத்தில் மிகப் பெரிய நிலைக் கண்ணாடி நிற்கிறது.

கவிஞன் சிலையைப் பார்த்துக் 'கதவைத் திற' என்று கத்துகிறான்.

வெளியே செல்லக் கண்ணாடியைத் தவிர வேறு வழி இல்லை என்கிறது சிலை.

'மனிதர்கள் கண்ணாடி வழியாக நடந்து செல்ல முடியாது' என்கிறான் கவிஞன்.

'கண்ணாடிக்குள் நுழைய முடியும்' என்று அவன் ஒரு முறை எழுதியிருந்ததைச் சிலை விஷமத்தோடு நினைவூட்டுகிறது.

அவன் பரபரப்போடு கொஞ்ச நேரம் இங்கும் அங்கும் நடக்கிறான்.

கண்ணாடிச் சட்டத்தில் ஏறி நின்று தன் பிம்பத்தை வெறித்துப் பார்க்கிறான்.

கடைசியில், அந்தச் சிலையால் தூண்டப்பட்டு அவன் கண்ணாடிக்குள் பாய்கிறான்.

குளத்து நீரில் குதித்து மறைந்துபோவதைப் போல மறைந்துபோகிறான்.

கண்ணாடிக்குப் பின்னால் என்ன நிகழ்கிறது என்பதைப் படம் தொடர்ந்து சொல்லிச் செல்கிறது.

நமக்கு இதுவரை போதும்.

இப்படியெல்லாம் திரைப்படம் எடுக்கிறார்களா? என்று நீங்கள் வியப்போடு கேட்பது புரிகிறது.

இது ஒரு பிரெஞ்சுப் படம். எழுதி இயக்கியவர் ழீன் காக்டியூ (Jean Cocteau).

இப்படம் 1932 ஜனவரி 30ஆம் தேதி 'தியேட்டர் து வியுக்ஸ் கொலம்பியர்' என்ற அரங்கில் முதலில் திரையிடப் பட்டது.

ஒரு சகாப்தத்தை உருவாக்கிய இந்த அற்புதமான படத்தைப் பலர் புல்வேறு விதமாக அர்த்தப்படுத்த முயன்றுள்ளனர்.

வாய் உயிரற்ற வர்ணத்தால் படைக்கப்பட்டது. அது உயர்ந்த உண்மைகளை வெளிப்படுத்துவதற்காகத் தான் படைக்கப்பட்ட உயிரற்ற பொருளைக் கடந்து உயிர் பெறுகிறது.

உயிர் பெற்ற வாய் கலையின் சக்தியைக் குறிக்கும். கலையும் உயிர் பெற்ற வாயைப் போலத் தான் தோன்றிய பொருள்களைக் கடந்து உயர்ந்த உண்மைகளைப் பேசுகிறது.

வீணையின் நரம்புகளிலிருந்து உயிர் பெற்று எழும் நாதம் தேவ ரகசியங்களையே பேசிவிடுகிறதல்லவா?

கவிஞன் இத்தகைய கலைச் சக்தியால் ஆசீர்வதிக்கப் பட்டிருக்கிறான், அல்லது சபிக்கப்பட்டிருக்கிறான்.

கவிஞன் இந்தச் சக்தியால், ஒரு பயங்கரமான உண்மையைக் கண்டு திடுக்கிடுகிறான்.

உடலில் ஏற்படும் திறப்பைக் காயம் என்கிறோம். அப்படியென்றால் வாயும் ஒரு காயம்தான்.

காயத்தின் வழியாக உள்ளே இருப்பது வெளியே கொட்டுகிறது.

வாயின் வழியாகவும் 'உள்ளே' இருப்பது வெளியே கொட்டுகிறது.

கவிஞன் வாயாக இருக்கிறான். அதாவது காயமாக இருக்கிறான்.

அவன் வழியாக, உள்ளே இருக்கும் உயர்ந்த உண்மைகள், கவிதையாக வெளியே கொட்டுகின்றன.

தான் ஒரு காயம் என்பதை அறிந்து கவிஞன் திடுக்கிடுகிறான்.

கவிஞன் இந்தக் காயத்திலிருந்து தன்னை விடுவித்துக் கொள்ள அதைத் தொன்மைக் கலையில் வைக்கிறான்.

படத்தில் கவிஞன் வாயைச் சிலை மீது பதிப்பதற்கு இது தான் அர்த்தம்.

கண்ணாடி என்பது சமகாலக் கலையைக் குறிக்கும் என்றும், அது கவிஞனுடைய சொந்த உலகை - அவனுடைய அறையை - பிரதிபலிக்கிறது என்றும் சிலர் சொன்னார்கள்.

காக்டியூ தம் படத்தைப் பற்றிய எந்த வியாக்கியானத்தையும் அங்கீகரிக்க மறுத்துவிட்டார்.

விரிவுரை கூறுவது 'படிமங்களுக்கு ஏற்ப மூல பாடத்தை எழுதுவது' போன்றதாகும். ஆகவே அது பிழையாகும் என்று அவர் வாதிட்டார்.

தம் படத்தில் தாம் முதன்மைப்படுத்தியிருப்பது படிமங்களையே அன்றி அறிவால் புரிந்து கொள்ளக்கூடிய தெளிவான கருத்துக்களை அல்ல என்றும் அவர் வற்புறுத்தினார்.

முதல் திரையீட்டுக்குப் பின்னர் பேசும்போது, "கடலுக்கு அடியில் படம் எடுப்பவர்களைப் போல, கவிதையை நான்

திரைப்படமாக்க முயன்றிருக்கிறேன்" என்று காக்டியூ குறிப்பிட்டார்.

சில ஆண்டுகளுக்குப் பிறகு வெளியான இப்படத்தின் திரைக்கதைப் புத்தகத்திற்கு எழுதிய முன்னுரையில் 'இந்தப் படிமங்கள் மனித உடலின் பேரிருளிலிருந்து எழுந்ததாக'க் கூறியிருக்கிறார்.

மனித உடல் சாதாரணமானதல்ல. அதற்குள் ஆழ்மனம் என்ற மகா சமுத்திரம் இருக்கிறது. அது ஆழமானது, பிரமாண்டமானது, இருண்டது, மர்மமானது.

யுகம் யுகமாக மனிதன் அனுபவித்த பேருணர்வுகள், அவனுக்கு நேர்ந்த ஆழமான அனுபவங்கள் படிமங்களாகி ஆழ்மனக் கடலில் அமிழ்ந்திருக்கின்றன.

ஒரு படிமத்திற்கு இதுதான் பொருள் என்று துல்லியமாகச் சொல்ல முடியாது. மனித குலத்திற்கு நேரும் வெவ்வேறு அனுபவம் காரணமாக ஒரு படிமம் போகப் போகப் பல பொருள்களின் கூட்டுக் கலப்பாகி மர்மமான இருண்மை பெற்றுவிடும்.

உதாரணத்திற்கு இப்படத்தில் வரும் கண்ணாடியை எடுத்துக் கொள்வோம். கண்ணாடி கண்ணுக்குப் புலனாவதைப் பிரதிபலிப்பதால் கற்பனைக்கும், பிரக்ஞைக்கும் குறியீடாகிறது. நீரும் பிரதிபலிப்பதால் கண்ணாடி அதையும் குறிக்கும். சூரிய ஒளியை நிலா பிரதிபலிப்பதால் நிலாவையும் குறிக்கும்.

இறைவனைப் பிரபஞ்சம் பிரதிபலிக்கிறது. எனவே பிரபஞ்சமும் கண்ணாடிதான். இப்படி இன்னும் பொருள் விரிந்துகொண்டே போகிறது.

தெரிந்ததை மட்டும்தான் புகைப்படம் எடுக்க வேண்டும் என்றால் ஆழ் கடலுக்குள் இருக்கும் பல அற்புதமான பொருள்களை, அதிசயமான ஜீவராசிகளைப் பார்க்கும் அனுபவத்தை நாம் இழந்துவிடுவோம். கவிதைக்கும் இது பொருந்தும்.

உயர்ந்த கவிதை இருண்ட ஆழ் மனத்தில் உலவும் படிமங்களைப் படம் பிடிக்கிறது. இந்தப் படிமங்களுக்கு இயல்பாகவே கவிதை அழகு உண்டு.

இந்தப் படிமங்களின் மர்ம அழகு, அவை மீட்டும் மப்பும் மந்தாரமுமான வினோத உணர்வுகள் இவையே உயர்ந்த கவிதை அனுபவமாகின்றன.

கவிதை புரியும்படியாக இருக்க வேண்டும் என்று கூறு பவர்கள் இத்தகைய உன்னதமான அனுபவம் இன்னதென அறியாதவர்களாக, அதனால் அதை மறுதலித்து அதை இழப்பவர்களாக ஆகிவிடுகிறார்கள்.

■

தொலைபேசிக் கண்ணீர்

கடற்கரையில் பிக்காஸோ ஓவியம் வரைந்துகொண்டிருந்தார்.

ரோஜாப் பூக்களை விற்கும் தோட்டக்காரன் ஒருவன் அந்தப் பக்கமாக வந்தான்.

அவன் பிக்காஸோ ஓவியம் வரைவதைப் பார்த்துக் கொண்டு நின்றான்.

ஆனால் பிக்காஸோ வரையும் ஓவியம் என்ன என்பதை அவனால் புரிந்துகொள்ள முடியவில்லை.

பிக்காஸோ ஓவியத்தை வரைந்து முடித்தார். சற்று விலகி நின்று பார்த்தார்.

அவருடைய பார்வை வேறு யாரோ வரைந்த ஓவியத்தைப் பார்ப்பது போல் இருந்தது. அதில் ஆச்சரியமும் இருந்தது.

உண்மையான கலைஞன், கவிஞன் எவனுக்கும் உண்டாகும் அனுபவம்தான்.

படைப்பாளி படைப்பை உண்டாக்குவதில்லை. படைப்பு அவன் வழியாக வெளிப்படுகிறது. அவன் ஒரு கருவி, ஒரு வாசல், ஒரு யோனி; அவ்வளவுதான்.

அதனால்தான் தன் படைப்பைப் படைப்பாளியே வியந்து பார்க்கிறான். ரசிக்கிறான்.

தோட்டக்காரனுக்கு எல்லாமே வியப்பாக இருந்தது.

"நீங்கள் ஓவியம் வரைவதைப் பார்த்துக் கொண்டிருந்தேன். நீங்கள் என்ன வரைந்திருக்கிறீர்கள் என்று புரியவில்லை. இந்த ஓவியத்தின் அர்த்தம் என்ன?" என்று அவன் பிக்காஸோவிடம் கேட்டான்.

"இந்த ஓவியத்தின் அர்த்தம் என்ன என்று என்னைக் கேட்கிறாய். நான் உன்னை ஒரு கேள்வி கேட்கட்டுமா? நீ ஒரு தோட்டக்காரன். ரோஜாக்களோடு வாழ்பவன். இந்த ரோஜாக்களின் அர்த்தம் என்ன என்று நீ சொல்ல முடியுமா?" என்று திருப்பித் தோட்டக்காரனையே கேட்டார் பிக்காஸோ.

தோட்டக்காரன் திடுக்கிட்டான். அவன் கண்களில் நீர் திரண்டது.

"ஐயா! நீங்கள் சொன்னது போலவே நான் ரோஜாக்களோடு வாழ்பவன்தான். ஆனால் அவற்றின் அர்த்தம் என்ன என்று எனக்குத் தெரியாது" என்றான்.

"என் நிலையும் அதுதான். மற்றவர் பார்வைக்கு நான் ஓவியம் வரைவதாகத் தெரியும். ஆனால் இந்த ஓவியத்தை நான் வரையவில்லை. இந்த ஓவியத்தைப் பொறுத்த வரையில் நானும் ஒரு தூரிகைதான். என்னைத் கருவியாகக் கொண்டு யாரோ இந்த ஓவியத்தை வரைந்திருக்கிறார்கள். இதன் அர்த்தம் என்ன என்று எனக்குத் தெரியாது. பூக்களை நீ உண்டாக்கவில்லை. அதைப் போலவே

இந்த ஓவியத்தை நான் உண்டாக்கவில்லை. அதனால் பூக்களின் அர்த்தம் உனக்குத் தெரியாததைப் போலவே இந்த ஓவியத்தின் அர்த்தமும் எனக்குத் தெரியாது" என்றார் பிக்காஸோ.

ஒரு படைப்பு என்பது ஒரு பூவைப் போலப் படைப்பாளியிடம் இயற்கையாக மலர்கிறது.

அப்படி மலர்வதுதான் உண்மையான படைப்பு. அதுதான் உன்னதம்.

ஒரு பூவைப் பார்த்து அதைப் போலவே கஷ்டப்பட்டுக் காகிதப் பூவைச் செய்பவன் படைப்பாளி அல்லன்.

பூவைப் பார்க்கும் எவனும், 'இதன் அர்த்தம் என்ன?' என்று கேட்பதில்லை.

பூ என்பது அனுபவிப்பதற்காக என்று எல்லோருக்கும் தெரிகிறது.

பூவின் அழகை அனுபவிக்கிறோம். ஸ்பரிசத்தை அனுபவிக்கிறோம். நறுமணத்தை அனுபவிக்கிறோம்.

அழகின் அர்த்தமென்ன? ஸ்பரிசத்தின் அர்த்தமென்ன? நறுமணத்தின் அர்த்தமென்ன? என்று யாராவது கேட்கிறோமா?

அப்படிக் கேட்பது அபத்தமானது என்று நமக்குத் தெரிகிறது.

பூவைப் பார்க்கும்போது நாமும் மலர்கிறோம். ஸ்பரிசத்தில் நாமும் மென்மையடைகிறோம். அதன் நறுமணத்தை முகரும்போது நாமும் மணம் கமழ்கிறோம்.

பூ இதயத்தில் மெல்லிய இசையை மீட்டுகிறது. அந்த அலைகளில், அழுக்கும் ஆரவாரமுமான மண்ணின் கரைகளை விட்டு நாம் பரவச வெள்ளத்தில் ஆனந்தமாக மிதந்து செல்கிறோம்.

பூ பௌதிகமானதுதான். ஆனால் அது அபௌதிகமான உணர்வுகளை எழுப்புகிறது.

அதனால் நம்முடைய எல்லாக் கறைகளும் கழுவப்பட்டு நாம் பரிசுத்தமாகிறோம்.

ஏதோ ஒரு புனிதத்தில் நாம் பிரவேசிக்கிறோம். ஏதோ ஒரு சாந்தம் நம்மைத் தழுவிக் கொள்கிறது. ஏதோ ஒரு தெய்விகத்தின் காதல் முணுமுணுப்பைக் கேட்கிறோம்.

பூவின் அர்த்தம் என்பது இந்த அனுபவம்தான். அர்த்தங் களைக் கடந்த அனுபவம்.

நவீன ஓவியமும், புதுக்கவிதையும் இப்படிப் பூவாக மலரவே ஆசைப்படுகின்றன.

அதனால்தான் நவீன ஓவியமும் புதுக்கவிதையும் அர்த் தமற்றதாகத் தோன்றுகின்றன.

அந்தக் காலத்தில் ஓவியம் என்றால் ஆட்களையும் பொருட்களையும் பார்த்து அப்படியே வரைவார்கள். அதனால் அது நமக்குப் புரிந்தது.

நவீன ஓவியம் உருவங்களை வரைவதில்லை. உணர்ச்சி களை வரைகிறது.

உணர்ச்சிகளுக்கு ஏது வடிவம்? எனவே உருவங்களை, வர்ணங்களை அது படிமங்களாக, குறியீடுகளாகப் பயன் படுத்துகிறது.

இந்தப் படிமங்களும், குறியீடுகளும் சேர்ந்து எழுப்பும் உணர்ச்சிகள்தாம் ஓவியத்தின் அர்த்தம்.

பிக்காஸோ ஓர் ஓவியத்தில் தொலைபேசி 'ரிஸீவ'ரையும் அதற்கு அருகில் ஒரு கண்ணீர்த் துளியையும் வரைந்தார். சட்டெனப் பார்த்தால் இதன் அர்த்தம் புரியாது.

பழைய முறையிலான ஓவியம் என்றால் கண்ணீர் வடித் தபடி யாரோ ஓர் ஆண் அல்லது பெண் தொலைபேசியில் பேசுவதுபோல் வரையப்பட்டிருக்கும்.

நவீன ஓவியம் வேண்டாதவற்றை எல்லாம் நீக்கிவிடுகிறது.

ரிஸீவரும், கண்ணீர்த் துளியும் போதுமானது.

பழைய ஓவியத்தில் யாரோ ஒருவர் தொலைபேசியில் சோகச் செய்தியைப் பேசுகிறார் அல்லது கேட்கிறார் என்று மட்டும் தான் அர்த்தம் வரும்.

ஆனால் ரிஸீவரும், கண்ணீர்த் துளியும் மட்டும் வரைந்தால் அந்த அர்த்தம் மட்டுமல்ல, வேறு ஏதேதோ அர்த்தங்கள் அலை அலையாய் வந்து கொண்டிருக்கும்.

மனிதன் என்ன பேசுகிறான்? அவன் பேச்சின் சாரம் கண்ணீராகவே இருக்கிறது.

பேச்சு என்பது வாய் வழியாகச் சிந்தும் கண்ணீர்தான்.

நவீன அறிவியல் சாதனங்கள் மனிதனுக்குத் துயரத்தைத் தான் தருகின்றன.

யாரோ பேசுவதை யாருக்கோ கொண்டு போய்ச் சேர்ப்பதைத் தவிர எனக்கென்று என்ன இருக்கிறது? என்று தொலைபேசி கண்ணீர் வடிக்கிறது.

தொலைபேசி என்றாலே யாரோ தொலைவில் பிரிந்திருக்கும் இருவர் பேசிக் கொள்வதற்குத்தானே? பிரிவு என்பது சோகமானதல்லவா?

ரிஸீவர் என்பதே ஒரு கண்ணீர்த் துளிதான். அல்லது கண்ணீர்த் துளி என்பது ஒரு ரிஸீவர்தான்.

இப்படி எத்தனையோ வகையாகச் சிந்திக்கத் தூண்டுகிறது இந்த ஓவியம்.

இதற்காகத்தான் புதுக்கவிதையும் ஓவியத்தைப் போல உருவங்களைப் படிமங்களாகக் குறியீடுகளாகப் பயன்படுத்துகிறது.

      ரிஸீவருக்குப் பக்கத்தில்
      கண்ணீர்த் துளி

என்று புதுக்கவிதைக்காரன் எழுதுவான்.

இதென்ன புரியவில்லையே? என்று தலையைச் சொறிந்து கொண்டிருக்காமல் இந்த இரண்டு படிமங்களும் சேர்ந்து எழுப்பும் உணர்ச்சிகளை அனுபவித்துப் பார்க்க வேண்டும்.

புதுக்கவிதைக்குப் படிமங்களே சொற்கள். உணர்ச்சிகளே அவற்றின் அர்த்தம். எனவே வர்த்தைகளுக்குப் பொருள் பார்த்துக்கொண்டு குழம்பக் கூடாது.

∎

வெண்டளைக்குள் அடங்குமா வெள்ளம்?

புதுக் கவிதைக்கு இலக்கணமில்லை என்று இன்னமும் கூடச் சிலர் புலம்பிக்கொண்டிருக்கிறார்கள்.

நதி என்றால் கரை வேண்டும்; கவிதை என்றால் இலக்கணம் வேண்டும் என்கிறார்கள். இப்படிச் சொன்னதன் மூலம் அவர்களை அறியாமலே ஓர் உண்மையைச் சொல்லியிருக்கிறார்கள்.

உண்மைதான்; கவிதை ஒரு நதிதான்; இலக்கணம் கரைதான்.

சிந்தித்துப் பாருங்கள்.

கரைக்காக நதி வந்ததா? நதிக்காகக் கரை வந்ததா?

யாரோ போட்டு வைத்த கரைகளுக்குக் கட்டுப்பட்டு நதி ஓடுவதில்லை. அப்படி ஓடினால் அது நதி இல்லை; கால்வாய்.

கரை உண்டான பிறகு நதி உண்டாகவில்லை. நதி உண்டான பிறகுதான் கரை உண்டாயிற்று.

நதி தன் கரையைத் தானே உண்டாக்கிக் கொள்கிறது.

கரைக்காக நதி இல்லை; நதிக்காகத்தான் கரை.

நதிக் கரையைக் கவனித்திருக்கிறீர்களா? மனிதன் கட்டிய கால்வாய்க் கரை போல் அது நேராக இருப்பதில்லை. கோணல் மாணலாகத்தான் இருக்கும்.

ஏனென்றால் நதி நேராக ஓடுவதில்லை. நேராக ஓடுவது செயற்கை.

நதி இயற்கையாக ஓடுகிறது. அதனால்தான் அது அழகாக இருக்கிறது.

இயற்கையே அழகு.

நதி சுதந்திரமாக ஓடுகிறது. அதனால்தான் அது பாடுகிறது.

சுதந்திரமே பாடல்.

நாகரிகங்கள் நதிக் கரைகளில்தான் தோன்றின; கால்வாய்க் கரைகளில் அல்ல.

கால்வாய்களே நதிகளிலிருந்துதான் தோன்றுகின்றன.

நல்ல கவிஞன் நதியாக இருக்கிறான். அவன் பிறர் போட்ட கரைகளுக்குள் ஓடுவதில்லை.

ஒரு நல்ல இலக்கியத்தைப் பார்த்துத்தான் இலக்கணம் உண்டாகிறது. இலக்கணத்தைப் பார்த்து இலக்கியம் உண்டாவதில்லை. இதை இலக்கணமே சொல்கிறது.

> எள்ளினின்று எடுபடும்
> எண்ணெய் போல
> இலக்கியத்தினின்றும்
> எடுபடும் இலக்கணம்

இலக்கியம் கண்டதற்கு
இலக்கணம் இயம்பல்

இலக்கியத்திலிருந்துதான் இலக்கணம்; இலக்கணத் திலிருந்து இலக்கியமல்ல.

பழைய இலக்கணத்திலிருந்து புதிய இலக்கியம் பிறக்காது.

புதிய இலக்கியம் படைத்த மகாகவிகள் எல்லோரும் பழைய இலக்கணத்தை உடைத்து எறிந்திருக்கிறார்கள்.

இலக்கணம் என்பது யாப்பு மட்டுமல்ல; மரபும்தான்.

இலக்கணத்தை மீறுவதை இலக்கணமே வெறுக்கவில்லை. வழு அமைதி என்றும், ஒழிபியல் என்றும் அதை ஏற்றுக் கொள்கிறது.

தொல்காப்பியத்தைப் பார்த்துத்தான் எதுவும் எழுதப்பட வேண்டும் என்றால் திருக்குறளும், சிலப்பதிகாரமும் தோன்றியிருக்க முடியாது.

வள்ளுவரும் இளங்கோவும் தொல்காப்பியத்தை மீறியிருக் கிறார்கள். அதுமட்டுமல்ல அவர்கள் படைத்த இலக்கியங் களுக்கான இலக்கணம் தொல்காப்பியத்திலேயே இல்லை.

தொல்காப்பியர் அவருக்கு முன்னால் இருந்த இலக்கியங் களிலிருந்தே இலக்கணத்தை உருவாக்கினார்.

நதியில் புது வெள்ளம் வரும் போது பார்த்திருக்கிறீர்களா?

பொங்கிப் பிரவகித்து வரும் புது வெள்ளம் தனக்குத் தடையாக இருக்கும் கரைகளைத் தகர்த்து எறிகிறது.

புதுக்கவிதை அதைத்தான் செய்தது. ஏனென்றால் புதுக் கவிதை பொங்கிப் பிரவகித்து வந்த புது வெள்ளம்.

வெள்ளத்தின் இலக்கணத்தை வெள்ளத்திடம்தான் தேட வேண்டும். குளத்திடம் தேடக் கூடாது.

புதுக்கவிதையின் இலக்கணத்தைப் புதுக் கவிதையில் தான் தேட வேண்டும். பழங்கவிதையில் தேடக் கூடாது.

வெள்ளத்தின் இலக்கணம் வேறு. குளத்தின் இலக்கணம் வேறு.

குளத்தைப் போல் வெள்ளம் நான்கு கரைகளுக்குள் அடங்க வேண்டும் என்று கட்டாயப் படுத்த முடியாது.

மின்னலை இப்படித்தான் மின்ன வேண்டும் என்று கோடு கிழித்து உத்தரவு போட முடியாது.

புயலை இப்படித்தான் வீச வேண்டும் என்று ஆணையிட முடியாது.

பொங்கிப் பிரவகித்துப் பீறிடும் உணர்ச்சியும் ஒரு மின்னல்தான்; புயல்தான்.

லிதுவேனியக் கவிஞர் எடுவார்டஸ் மியஜெலைடிஸ் கூறுகிறார்:

> வார்த்தைகளின் அருவியை
> வெண்டளைக் குள்ளோ
> ஆசிரியத் தளைக்குள்ளோ
> யாரும் அடக்க முடியாது
> ஏனெனில்
> இது வார்த்தைகளின் பிரளயம்
> இதைக் கட்டுப்படுத்த
> வேறு விதிகள் தேவைப்படும்.
> இதன் தொடை நயங்கள்
> ஆற்று வெள்ளத்திலிருந்து,
> புயலின் வீச்சிலிருந்து,
> இடி முழக்கத்திலிருந்து
> உருவாகின்றன
>
> இதன் சந்தம்
> ஒழுங்கற்றது
> நாடித் துடிப்பு
> சீரற்றது

ஆம்
இயற்கையில்
ஆதிக்கம் செய்யும்
ஒழுங்கின்மையே
இதன் விதி.

அவர் கேட்கிறார்:

வெண்டளைக்குள் அடங்குமா
வெள்ளம்?
கட்டளைக் கலித்துறைக்குள்
கட்டுப்படுமா காற்று?
யாப்பிலக்கணத்துக்குள்
பிடிபிடுமா
பிரபஞ்ச கானம்?

∎

கிதார் ஒரு கிணறு

கிதார் என்ற இசைக் கருவியை நாம் அறிவோம்.

அதை வர்ணிக்கச் சொன்னால் பெண் என்று சொல்லலாம்; அல்லது இதயம் என்று சொல்லலாம்.

ஆனால் இது மரபான புனைவியக் கற்பனைதான். இதில் புதுமை இல்லை.

'கிதார் ஒரு கிணறு' என்றால் எப்படி இருக்கும்?

அதிர்ச்சியாக இருக்கிறதல்லவா?

இப்படிச் சொன்னவர் ஜெரார்டோ டியீகோ என்ற ஸ்பானியக் கவிஞர்.

உலகப் பெரும் போர்களால் ஏற்பட்ட பேரழிவை நாம் அறிவோம். ஆனால் அவற்றால் நன்மையும் விளைந்திருக்கிறது என்றால் நம்ப முடிகிறதா?

அந்தப் போர்களால் நன்மையும் விளைந்தது. மனித மனத்தில் அந்தப் போர்கள் உண்டாக்கிய உண்ணாச்சி நெருக்கடியால் கலை இலக்கிய உலகில் மிகப் பெரிய மாற்றங்கள் நிகழ்ந்தன. புதுப் புது இயக்கங்கள் தோன்றிக் கலை இலக்கிய உலகில் புதுமையையும் புரட்சியையும் ஏற்படுத்தின.

அப்படித் தோன்றிய இயக்கங்களுள் ஒன்றுதான் கடுமுனைப்பியம் (Ultraism).

1919-1923 கால கட்டத்தில் ஸ்பானிய எழுத்தாளர்களால் தோற்றுவிக்கப்பட்ட இந்த இயக்கம் இலக்கியத்தில் கடுந் தீவிரவாதத்தை நாடியது.

இந்த இயக்கத்தைச் சார்ந்தவர்களுள் ஜெரார்டோ டியீகோ, யுவான் லாரியா, க்யோர் மோ டி டோர்ரே, ஜார்ஜ் லூயி போர்ஹே ஆகியோர் முக்கியமானவர்கள்.

பாழடைந்த வீடாய்ப் போன பழைமையை அடியோடு வெறுத்த இந்த இயக்கம், 'எங்கும் புதுமை; எதிலும் புதுமை' என்று முழங்கியது.

மொழியின் புளித்துப் போன பழம் பாணிகளைக் கவனமாகத் தவிர்த்தல், உளுத்துப் போன உருவகங்களை முற்றாக நிராகரித்துவிட்டு, வினோதமான புத்தம் புதுப்படிமங்களைக் கையாளுதல் - இந்த இயக்கத்தின் கொள்கை.

இந்தக் கொள்கைதான் ஜெரார்டோ டியீ கோவை,

> **கிதார் ஒரு கிணறு**
> **நீரின் இடத்தில் காற்று**

என்று எழுத வைத்தது.

மரபு வழிப்பட்ட கற்பனையில் கிதாரை யாரும் கிணறாக உருவகப்படுத்த மாட்டார்கள்.

கிதாரைக் கிணறாகக் காண்பது மரபுக்கு மாறானது; முற்றிலும் புதியது; வினோதமானது.

முதலில் அதிர்ச்சி ஊட்டினாலும் - அதிர்ச்சி ஊட்டுவது புதுக் கவிதைப் பண்புகளுள் ஒன்று - இந்த விநோதமான படிமம் ஆச்சரியத்தையும் உண்டாக்குகிறது.

கிணறு கிதாருக்கான உவமை அல்ல. மரபு வழிப்பட்ட பார்வையில் இரண்டையும் இணைத்துப் பார்க்கும் எந்த அம்சமும் இவற்றில் இல்லை.

உவமையின் பார்வை மேலோட்டமானது. படிமத்தின் பார்வை ஆழமானது.

கிதாருக்கும் கிணற்றுக்கும் மேலோட்டமான பார்வை யில் எந்த ஒற்றுமையும் இல்லை என்றாலும் இவை இரண்டும் அடி ஆழ அந்தரங்கத்தில் இணைகின்றன.

இந்த அடி ஆழ ஒற்றுமைகளைப் பார்த்ததுதான் புதுக் கவிதையின் சாதனை.

இந்த ஒற்றுமைகளைப் புதிய படிமங்களால் தான் உணர்த்த முடியும். உவமையால் முடியாது.

இந்தக் கிணறு என்ற படிமம் நாம் அறிந்த கிதாரையே நமக்கு மிக அருகில் கொண்டு வந்து, நாம் அறியாத அதன் பரிமாணங்களைக் காட்டுகிறது.

இதனால் கிதாரை - ஓர் இசைக் கருவியை - மிக ஆழமாக அறிகிறோம்.

கிதார், கிணறு இரண்டின் தோற்றத்திற்கும் காரணம் மனிதனின் தாகம்தான்.

உடலின் தாகம் கிணற்றைத் தோண்டியது.

ஆன்மாவின் தாகம் கிதாரை - இசைக் கருவியைக் கண்டு பிடித்தது.

கிணற்றில் நீர்; கிதாரில் காற்று.

மண்ணுக்குள் நீர் ஒளிந்திருக்கிறது. கிதாருக்குள் இசை யாகும் காற்று ஒளிந்திருக்கிறது.

இரண்டையும் மனிதனின் தேடலே கண்டுபிடித்தது.

இரண்டையும் மனிதனின் கையே வெளிப்படுத்துகிறது.

தோண்டத் தோண்டக் கிணற்றில் நீர் சுரக்கிறது. மீட்ட மீட்டக் கிதாரில் இசை சுரக்கிறது.

நீர் தாகத்தை அப்போதைக்குத் தணிக்கிறது. அது தாகத்தை அழித்துவிடுவதில்லை.

இசையும் அப்படித்தான். ஆன்மாவின் தாகத்தை அது அப்போதைக்குத் தணிக்கிறது. அழித்துவிடுவதில்லை.

மீண்டும் தாகம் எழுகிறது. மீண்டும் நீரும் இசையும் தேவைப்படுகின்றன.

தாகம் அழிவதில்லை. நீரும் இசையும் வற்றுவதில்லை.

உண்மையில் இந்த இரண்டும் வேறு வேறு அல்ல. இரண்டும் ஒரே மூல சக்தியின் அவதாரங்களே.

அதாவது - இரண்டும் ஒன்றுதான்.

நாமும் ஐம்பூதங்களின் கலவைதான்.

நம்மில் இருக்கும் நீர் நீரை நாடுகிறது; காற்று காற்றை நாடுகிறது

ஒன்றாக இணையும் ஆசை - அதுதான் தாகம்.

கவிஞன் ஒவ்வொரு பொருளையும் புதியதைப் போல் பார்க்க வேண்டும். மேலோட்டமான பார்வையில் ஒன்றோடு ஒன்று சம்பந்தம் அற்றவையாகத் தோன்றுகிற பொருள்களும் அடி ஆழத்தில் சம்பந்தமுடையவே. இதைக் காணும் பார்வையைப் புதுக்கவிதை இயக்கங்களே ஏற்படுத்தித் தந்தன.

'ஒன்றாகக் காண்பதுவே காட்சி' என்றார் ஔவையார். இது ஞானப் பார்வை. புதுக்கவிதை கவிஞனையும் ஞானியாக்குகிறது.

வானம் ஒரு தோட்டம் என்பது
யாருக்கும் தெரியாது

என்றார் டியீகோ.

உண்மைதானே வானத்தை வானமாகவே பார்க்கிறார்கள். அப்படிப் பார்ப்பவர்களுக்கு என்ன கிடைக்கும்?

டியீகோ வானத்தைத் தோட்டமாகப் பார்த்தார். அதனால் அவர் மடி நிறையப் புத்தம் புதுப் பூக்கள்!

நீங்களும் வானத்தைப் தோட்டமாகப் பாருங்கள். உங்களுக்கும் புதிய தரிசனங்கள் கிடைக்கும்.

■

குட்டிக் கடவுள்

இரண்டு உலகப் பெரும் போர்களும் ஏற்படுத்திய அழிவு புறவுலகத்தை மட்டுமல்ல மனிதனின் அகவுலகத்தையும் பாதித்தது.

எரிந்து சாம்பலானவை கட்டிடங்கள் மட்டுமல்ல; கருத்து களும்தாம்.

மரித்துப் போனது மனிதன் கூட்டம் மட்டுமல்ல; மதிப்பீடு களும்தாம்.

தம்மைக் காக்க முடியாதுபோன பழைய கோட்பாடுகள் அனைத்தையும் அறிவாளிகள் அருவருத்தனர்.

'பழையன கழிப்பதற்கும் புதியன புகுத்துவதற்கும்' இந்த அருவருப்புக் காரணமாயிற்று.

இந்தப் பின்னணியில் பல கவிதை இயக்கங்கள் தோன்றின.

படைப்பியம் (Creationism) என்பது அதில் ஒன்று.

சிலி நாட்டைச் சேர்ந்த ஹ்யூயிடோப்ரோ என்ற கவிஞர் 1916ஆம் ஆண்டு ப்யூனஸ் அயர்ஸில் இந்த இயக்கத்தைத் தொடங்கி வைத்தார்.

பழைய இலக்கியப் போக்குகளுக்கு முற்றுப் புள்ளி வைப்பதும் புதிய அழகுணர்வுக் கோட்பாட்டை ஏற்படுத்துவதும்தான் இந்த இயக்கத்தின் நோக்கம்.

கவிதை எல்லா வகையிலும் ஒரு 'படைப்பாக' இருக்க வேண்டும் என்று இந்த இயக்கம் வலியுறுத்தியது.

இயற்கை ஒரு மரத்தைப்
படைப்பதைப் போலக்
கவிதை படைக்கப்பட வேண்டும்

என்று படைப்பியத்திற்கு இலக்கணம் வகுத்தார் ஹ்யூயிடோப்ரோ.

படைப்பியத்தின் உயிர்நாடியான இந்தக் கொள்கை படைப்பின் தன்மையை அழகாகவே விளக்குகிறது.

இயற்கை ஒரு மரத்தை எப்படிப் படைக்கிறது?

அது ஒரு திட்டமிட்ட வேலையல்ல; இயல்பாக நேரும் நிகழ்ச்சி.

சரியாகச் சொல்வதானால் அது ஒரு தற்செயல் நிகழ்ச்சி; நல்ல விபத்து.

ஏதோ ஒரு விதை பூமியில் விழுகிறது.

இந்த விதை பூமி விரும்பித் தேடிய விதையல்ல; தானாகக் கிடைத்த விதை.

இந்த விதையைத்தான் இயற்கை மரமாக்குகிறது.

இந்தப் படைப்பு நிகழ்ச்சியில் மண், நீர், காற்று, நெருப்பு அனைத்துக்கும் பங்குண்டு.

மண் விதையை வெளிப்படுத்துவதில்லை; விதைக்குள் இருப்பதை வெளிப்படுத்துகிறது.

மரத்தின் வடிவத்தையும் இயற்கை திட்டமிட்டு உருவாக்குவதில்லை.

மரத்தின் வடிவத்திற்கு விதையின் பங்கு கணிசமானதுதான். ஆனால் அதன் முழுமையான வடிவத்திற்கும் தன்மைக்கும் புறச் சூழலும் காரணமாகிறது.

கவிதையும் இப்படித்தான் உருவாக வேண்டும் என்கிறது படைப்பியம்.

ஏதோ ஒரு கரு ஏதோ ஒரு காரணத்தால் கவிஞனின் மனத்தில் விழுகிறது.

கவிஞனின் மனநிலை, மதிப்பீடு, மொழியறிவு, கலைத்திறன், காலச் சூழலின் தாக்கம் எல்லாம் சேர்ந்து அந்தக் கருவுக்கு உருவம் தருகின்றன.

ஏற்கெனவே இருக்கும் 'ரெடிமேட்' உருவங்கள் இந்த இயற்கையான பரிணமிப்புக்கு உதவா.

கவிஞன் இப்படிப் படைப்பாளியாக இருப்பதால் அவனைக் 'குட்டிக் கடவுள்' என்கிறார் ஹ்யூயி டோப்ரோ.

அவர் கூறினார்:

> கவிஞர்களே! ஏன் ரோஜாவைப் பற்றிப்
> பாடிக் கொண்டிருக்கிறீர்கள்?
> கவிதையில் அதை மலரச் செய்யுங்கள்.

என்றும் பதினாறு

நல்ல இலக்கியம் மார்க்கண்டேயனைப் போன்றது. அதற்கு மூப்பும் இல்லை; மரணமும் இல்லை. என்றும் பதினாறு தான்.

எப்போதும் இளமையோடு இருக்கும் இலக்கியங்களில் பைபிளும் ஒன்று. உலகப் பேரிலக்கியங்களில் உன்னதமான இடம் அதற்கு உண்டு.

நல்ல இலக்கியத்திற்கு மற்றுமோர் அடையாளம் அது அணையா விளக்கைப் போலிருக்கும். அது மற்ற விளக்கு களை ஏற்றிக்கொண்டே இருக்கும்.

காலாகாலமாக எத்தனையோ கவிஞர்கள் பைபிளிலிருந்து சுடர் பெற்றிருக்கிறார்கள்.

பழங் கவிஞர்களுக்கு மட்டுமல்ல, புதுக் கவிஞர்களுக்கும் பைபிள் தூண்டுதலாய் இருந்திருக்கிறது.

வசன கவிதையின் தந்தையான வால்ட் விட்மன் தம் வசன கவிதைகளுக்கு பைபிளின் தாக்கமே காரணம் என்கிறார்.

ஜெர்மானியப் புதுக்கவிஞர் பெர்டோல்ட் ப்ரக்டும் தம் கவிதைகளில் பைபிளின் பாதிப்பு அதிகமாக உண்டு என்கிறார்.

புதியதைச் சொல்ல வேண்டும்; பழையதைச் சொல்ல நேரிட்டால் புதுமையாகச் சொல்ல வேண்டும் என்பது புதுக்கவிதையின் இலக்கணம்.

வித்தியாசமாகச் சொல்வதற்கு ஒரு வழி பிற மொழிக் கவிதைகளைப் படிப்பது.

நமக்குப் பழகிய மொழியில் ஒன்றைச் சொல்லும்போது பழகிப்போன மரபான நடைதான் வரும்.

பழகிப்போன நடையில் சொல்லும்போது கருத்துக்கள் வாசகனைக் கிளர்ச்சி அடையச் செய்யா.

வித்தியாசமான முறையில் சொன்னால்தான் வாசகன் கவனத்தை ஈர்க்க முடியும்.

ஒவ்வொரு மொழியிலும் சொல்லும் முறையில் வித்தியாசம் இருக்கும்.

பிற மொழிக் கவிதைகளைக் கற்கும்போது நமக்குக் கிடைக்கும் லாபம் இந்த வித்தியாசங்களை அறிந்து கொள்வதுதான்.

சொல்லும் முறையில் உள்ள இந்த வித்தியாசத்தை நம்முடைய மொழிக்குக் கொண்டு வந்தால் நம்முடைய மொழி புதிய பிரகாசம் பெற்று ஜொலிக்கும். அதற்குப் புதிய ரத்தமும் புதிய வீரியமும் கிடைக்கும்.

வித்தியாசமாகச் சொல்ல வேண்டும் என்று நினைப்பவர் களுக்கு பைபிள் ஓர் அருமையான பாடப் புத்தகம்.

ஆங்கிலத்தில் படித்தாலும் சரி, தமிழ் மொழிபெயர்ப்பில் படித்தாலும் சரி, கருத்துக்களைக் கவித்துமான நடையில்

சொல்லுகிற அதனுடைய புதுமையான பாணி யாரையும் எளிதில் கவர்ந்துவிடும்.

முழு பைபிளையும் படிக்க நேரமில்லாதவர்கள் குறைந்த பட்சம் பழைய ஏற்பாட்டில் பதினெட்டாவது அத்தியாய மான 'யோபுடைய சரித்திரத்'தையாவது கட்டாயம் படிக்க வேண்டும்.

பைபிளிலேயே உன்னதமான உயரத்தைத் தொடும் கவிதைச் சிகரம் ஒன்று உண்டென்றால் அது 'யோபுடைய சரித்திரம்' தான்.

'பழங் காலத்துக்கும் சரி, நவீன காலத்துக்கும் சரி இது ஒரு மகா கவிதை' என்கிறார் டென்னிசன்.

மனிதனுடைய அக வாழ்க்கை பற்றிய அற்புதமான காவியம் அது.

யோபு கி.மு. எட்டாம் நூற்றாண்டுக்கு முன்னர் அராபியப் பாலையில் வசித்த இறைநேசர். குர்ஆன் யோபுவை அராபிய உச்சரிப்புப்படி அய்யூபு என்கிறது. அவர் இறைவனுடைய தூதர்களில் ஒருவர் என்றும் அது குறிப்பிடுகிறது.

மனிதர்களில் அவரைப் போல் துன்பத்தை அனுபவித்தவர் கள் வேறு யாரும் இருக்க முடியாது.

வீடு வாசல் மாடு மனையென்று பெருஞ் செல்வராக மனைவி மக்களோடு மகிழ்ச்சியாக வாழ்ந்து கொண்டிருந்த அவரை இறைவன் கடுமையாகச் சோதித்தான்.

ஒரே நாளில் அவருடைய செல்வங்களெல்லாம் அழிந்து போகின்றன. வீடு இடிந்து விழுந்து மக்கள் எல்லோரும் மடிந்து போகின்றனர்.

உச்சந் தலையிலிருந்து உள்ளங்கால் வரை அவர் உடல் முழுதும் புண்கள் தோன்றிப் புழு விழுந்து சீழ் வடிகிறது. அவர் கடுமையான வேதனையால் துடிக்கிறார்.

'நான் பிறக்காமலே இருந்திருக்கக் கூடாதா?' என்று யோபு பிரலாபிக்கிறார்.

வேதனையிலிருந்து பீறிட்டுக் கிளம்பும் அவருடைய வார்த்தைகள் கவித்துவ மின்னலாய் ஜொலிக்கின்றன. அதைக் கேட்டால் கல்லும் கூடக் கண்ணீர் வடிக்கும்.

யோபு தம் பிறந்த நாளைச் சபிக்கிறார்:

> அந்த நாள் இருண்டு போகட்டும். அந்த காரமும் மரணத்தின் நிழலும் அதைக் கறைப்படுத்தட்டும். மாதங்களின் கணக்கில் அது வராமல் போகட்டும்.
>
> அந்த இரவு மலடாகட்டும். அதில் சந்தோஷ சப்தம் இல்லாமற் போகட்டும்.
>
> அதன் விடியற்கால நட்சத்திரங்கள் இருண்டு போகட்டும். அது எதிர்பார்த்திருந்த வெளிச்சம் உண்டாகாமல் போகட்டும். அது வைகறை வெளிச்சத்தைக் காணாமல் போகட்டும்.
>
> அது என் தாயின் கர்ப்ப வாசலை அடைக்காமல் போனதே.
>
> நான் கர்ப்பத்திலேயே அழியாமலும், கர்ப்பத்திலிருந்து புறப்படுகிறபோதே சாகாமலும் போனதென்ன?
>
> என்னை ஏந்திக்கொள்ள மடியும், நான் பாலுண்ண ஸ்தனங்களும் உண்டாயிருந்ததென்ன?
>
> தன் வழியைக் காணக் கூடாதபடிக்கு, தேவனால் வளைந்து கொள்ளப்பட்டவனுக்கு வெளிச்சத்தினால் பலன் என்ன?
>
> எனக்குச் சுகமும் இல்லை. இளைப்பாறுதலும் இல்லை. அமைதியும் இல்லை. எனக்குத் தத்தளிப்பே நேரிட்டது.

> என் மாமிசம் புழுக்களாலும் புழுதியினாலும் உடுத்தப்பட்டிருக்கிறது.
>
> என் நாட்கள் தறி நாடாவை விட வேகமானதாக இருக்கின்றன. அவை நம்பிக்கை இல்லாமல் முடிந்து போகின்றன.
>
> என் கட்டில் எனக்கு ஆறுதல் கொடுக்கும். என் படுக்கை என் தவிப்பை ஆற்றும் என்று நினைத்தால் நீ கனவுகளால் என்னைக் கலங்கப் பண்ணி, மாயத் தோற்றங்களால் திகிலுண்டாக்குகிறாய்.
>
> மனிதர்களைக் கண்காணிப்பவனே! நானே எனக்கு பாரமாகும்படி நீ உன் கணைகளுக்கு என்னை இலக்காக வைத்ததென்ன?
>
> நான் பனிநீரில் குளித்து, என் கைகளைச் சவுக்காரத்தால் சுத்தம் செய்தாலும் நீ என்னைச் சாக்கடையில் அமிழ்த்துவாய். அப்போது என் ஆடைகளே என்னை அருவருக்கும்.

யோபு தாம் ஆனந்தமாக வாழ்ந்த அந்த நாட்களை நினைத்துப் பார்க்கிறார்:

> ஓ, கடந்து போன மாதங்களில், தேவன் என்னைக் காப்பாற்றி வந்த நாட்களில் நான் இருந்தது போல் இப்போது இருந்திருக்கக் கூடாதா?
>
> அப்போது அவன் தீபம் என் தலையின் மேல் பிரகாசித்தது. அவன் வெளிச்சத்தால் இருளைக் கடந்து போனேன்.
>
> என் இலையுதிர் காலத்தில் தேவனின் ரகசியம் என் கூடாரத்தின் மேல் இருந்தது.
>
> நீதியைத் தரித்துக்கொண்டேன். அது என் ஆடையாயிருந்தது. என் நியாயம் எனக்குச் சால்வையும் தலைப்பாகையுமாயிருந்தது.

நான் குருடனுக்குக் கண்ணாயிருந்தேன்.
முடவனுக்குக் காலாயிருந்தேன்.

என் வேர் தண்ணீர்களில் பரவியது. பனித்
துளி இரவெல்லாம் என்கிளைகளில் தங்கியது.

துன்பத்தால் துடித்துப் புலம்பிய யோபை நோக்கி இறுதி
யில் இறைவன் பேசுகிறான். ஒவ்வொரு சொல்லும் கவித்
துவ தகிப்போடு அக்கினி அம்பாய்ப் பாய்கிறது.

நான் பூமிக்குக் கடைக்கால் இட்டபோது நீ
எங்கே இருந்தாய்? நீ அறிவாளியானால்
அதை அறிவி.

சமுத்திரம் கர்ப்பத்திலிருந்து பீறிட்டு வந்த
போது அதைக் கதவுகளால் அடைத்தவர்
யார்?

மேகத்தை அதற்கு ஆடையாகவும் இருளை
மேலுடையாகவும் நான் உடுத்திய போதும்
அதற்கு வரம்பு குறித்துத் தாழ்ப்பாள்களையும்
கதவுகளையும் வைத்து, 'இம்மட்டும் வா, மீறி
வராதே, உன் கர்வ அலைகள் இங்கே அடங்
கட்டும் என்று நான் சொன்னபோதும் நீ
எங்கே இருந்தாய்?

உன் நாட்கள் தொடங்கிய காலத்திலிருந்து
விடியல், பூமியின் அரைப் பாவாடையைப்
பிடிக்கும்படியும், தீயவர்களை அதனிடத்
திலிருந்து உதறி எறியும்படியும் எப்போ
தாவது நீ அதற்குக் கட்டளையிட்டதுண்டா?

அது முத்திரையின் கீழ் களிமண் போல்
மாற்றப்பட்டது. ஆடையைப் போல் சாயம்
தோய்க்கப்பட்டது.

வெளிச்சம் வாசமாயிருக்கும் தலத்துக்கு
வழி எங்கே? இருளின் இடம் எது? அதன்
எல்லை இன்னதென்று உனக்குத் தெரி
யுமோ? அதன் வீட்டுக்குப் போகிற பாதை
யை அறிந்திருக்கிறாயோ?

பனியின் பண்டசாலைக்குள் நீ பிரவேசித் ததுண்டோ? ஆலங்கட்டி மழையின் கிடங் குகளைப் பார்த்திருக்கிறாயோ?

மழைக்கு ஒரு தகப்பன் உண்டோ? பனித் துளிகளைப் பிரசவித்தவர் யார்? அறுமீன் நட்சத்திரத்தின் சுகிர்த சம்பந்தத்தை நீ இணைக்கக் கூடுமோ? அல்லது மிருக சீரிடத்தின் கட்டுகளை அவிழ்ப்பாயோ?

கவிதை எழுத ஆசைப்படுகிறவர்களே! யோபைப் படியுங்கள். பரிசுத்தமான கவிதையைப் பரிச்சயம் செய்து கொள்வீர்கள்.

கவிதை எழுதிக்கொண்டிருப்பவர்களே! யோபைப் படியுங்கள். உங்கள் வார்த்தைகள் புஷ்பவதிகளாகும்.

∎

காதலின் கண்கள்

நீலக் காலையில்
சீக்கிரமே நான்
எழுந்துவிட்டேன்

எனக்கு முன்னால்
எழுந்துவிட்டது
என் காதல்

வைகறையின் வாசலிலிருந்து
அது என்னிடம்
ஓடி வந்தது

'பாபாகோ' மலையில்
வேட்டையாடப்பட்டு
இறந்துகொண்டிருந்த பிராணி
என்னைப் பார்த்தது
என் காதலின் கண்களால்

யாரோ ஒரு மேலைநாட்டுக் கவிஞன் எழுதிய புதுக் கவிதை இது என்று நீங்கள் நினைத்திருந்தால் ஏமாற்றம் அடைவீர்கள்.

இது புதுக்கவிதை அல்ல. மிகப் பழைய கவிதை.

இது புதுக்கவிதையின் நவீன உத்திகளை அறிந்த பெருங் கவிஞன் எழுதிய கவிதையல்ல.

இந்த நவீன உத்திகளையெல்லாம் கொஞ்சம் கூட அறியாத ஓர் ஆதிவாசியின் கவிதை இது.

இது செவ்விந்தியர்களின் காதற் பாடல்.

ஓ! என்ன அழகான கவிதை! என்ன அற்புதமான கவிதை!

இதை இயற்றிய கவிஞன் யார் என்று தெரியவில்லை. தெரிய வேண்டிய அவசியமும் இல்லை.

கவிதையை எழுதிவிட்டுத் தன் பெயரைத் தனியாக எழுதுகிறவனை விடக் கவிதையையே தன் பெயராக்கிக் கொள்கிறவனே உயர்ந்த கவிஞன்.

ஒரு நல்ல கவிஞன் தன் கவிதையிலிருந்து விலகித் தனித்து நிற்பதில்லை. அவன் சொற்களாக மாறித் தன் கவிதை யாகவே ஆகிவிடுகிறான்.

கவிதைதான் கவிஞனின் புகைப்படம்.

இதோ, இந்தக் கவிதையில் இதை எழுதியவனின் முகத்தை நம்மால் பார்க்க முடிகிறது. இதுதான் அவனுடைய உண்மையான முகம்.

காதலை எவ்வளவு ஆழமாகச் சொல்லியிருக்கிறான்!

தான் எழுவதற்கு முன்னே தன் காதல் எழுந்துவிட்டது என்கிறான்.

இந்தப் பிரபஞ்சத்தில் எது முதலில் தோன்றியது?

காதலா? மனிதனா?

கவிஞன் இங்கே பதில் சொல்லியிருக்கிறான். ஒரு பரம ரகசியத்தை வெளிப்படுத்தியிருக்கிறான்.

காதல்தான் முதலில் தோன்றியது.

பிறகுதான் மனிதன் தோன்றினான்.

காதல் தோன்றியிருக்கவில்லையென்றால் மனிதன் தோன்றியிருக்கமாட்டான்.

காதலால்தான் மனிதன் தோன்றினான். காதலுக்காகத் தான் மனிதன் தோன்றினான்.

காதல் மனிதனுக்கு முன்னால் தோன்றி அவனுக்காகக் காத்திருக்கிறது.

காதல் வைகறையின் வாசலிலிருந்து தன்னை நோக்கி ஓடி வந்தது என்கிறான்.

காதல் அவனுக்கு விடியலாகத் தெரிகிறது. விடியலின் உயிர் ததும்பும் ஆனந்த ஒளியாகத் தெரிகிறது.

உண்மைதானே காதல் மனிதனின் இருண்ட இரவுகளுக்கு விடியலாகத்தானே இருக்கிறது.

காதல் இல்லையென்றால் மனிதனுக்கு விடிவு ஏது?

காதல்தானே விடியலைப் போல அவனைத் தட்டி எழுப்புகிறது. அவன் தூக்கங்களைக் கலைக்கிறது.

காதல்தானே விடியலைப் போல அவன் கண்ணுக்கு வெளிச்சமாக இருக்கிறது. இந்த உலகத்தைக் காண உதவுகிறது.

காதலை வைகறையின் வாசலிலிருந்து வந்தது என்று சொன்னதன் மூலம் ஓர் ஆழமான உண்மையையும் அல்லவா சொல்லியிருக்கிறான்!

வைகறையின் ஒளியைப் போலவே காதலும் 'வானத் திலிருந்து வந்தது என்பதை வெளிப்படுத்திவிட்டா்னே!

இந்தக் கவிதையில்

> வேட்டையாடப்பட்டு
> இறந்துகொண்டிருந்த பிராணி
> என்னைப் பார்த்தது
> என் காதலின் கண்களால்

என்ற வரிகள் பிரமிக்க வைக்கின்றன.

இந்த வரிகளில் மூச்சுத் திணறும் ஆழம் இருக்கிறது.

காதல் என்பது ஆணும் பெண்ணும் ஒருவரை ஒருவர் விரட்டி வேட்டையாடும் விளையாட்டுத்தான் என்கிறானா?

கொல்லப்படுவதுதான் காதல் என்கிறானா?

வேட்டையில் வெல்வதல்ல, வேட்டையாடப்பட்டு இறப்பதுதான் காதல் என்கிறானா?

காதலனுக்காக - காதலிக்காக உயிரைத் தியாகம் செய்வதுதான் காதல் என்கிறானா?

உயிர் பிரியும் துயரப் பொழுதில் வேட்டையாடப்பட்ட பிராணியின் கண்களில் ததும்புவது காதல் என்கிறானா?

மனிதன் தோன்றியது காதலால் என்றவன் அவன் சாவதும் காதலால்தான் என்கிறானா?

இல்லை. இதற்கும் மேலே, வார்த்தைகளைத் தாண்டி, அர்த்தங்களுக்கு அப்பால் இருக்கும் சொல்ல முடியாத ஒன்றைச் சொல்லியிருக்கிறான்.

இதைப் பாடியவன் அவனையும் அறியாமல் ஒரு பயங்கரமான ஆழத்தில் வழுக்கி விழுந்திருக்கிறான்.

இந்த வரிகளின் அர்த்தத்தை நம்மால் முழுமையாகப் புரிந்துகொள்ள முடியாது.

இந்த வரிகளும் காதலைப் போலவே இருக்கின்றன.

காதலின் அர்த்தத்தையும் நம்மால் முழுமையாகப் புரிந்து கொள்ள முடியாது. அதனால்தான் காதல் காலா காலமாகக் கவர்ச்சியாக இருக்கிறது.

புரிந்து கொள்ளப்படும் எதுவும் தன் வசீகரத் தன்மையை இழந்துவிடும்.

இந்த வரிகளின் அர்த்தம்தான் நமக்குப் புரியவில்லையே தவிர, இந்த வரிகளால் காதலின் சோக பயங்கர வசீகரத்தை நம்மால் உணர முடிகிறது.

இந்த உணர்வுதான் இந்த வரிகளின் அர்த்தம். இதை எழுப்புவதுதான் கவிதையின் வேலை.

அது சரி. ஓர் ஆதிவாசியால் எப்படி இவ்வளவு அழகாகப் பாட முடிந்தது?

உண்மையைச் சொல்லட்டுமா?

ஓர் ஆதிவாசியால்தான் இப்படி அழகாகப் பாட முடியும்.

அறிவும் உணர்வும் ஒன்றற்கொன்று எதிரானவை.

அறிவு வளர வளர மனிதனின் உணர்வுகள் மழுங்கிப் போகின்றன.

மூளையை நோக்கிப் பயணம் செய்கிறவன் இதயத்தை விட்டு விட்டுப் புறப்படுகிறான்.

இதயத்தை விடும்போது ஓர் இனிய உணர்வுலகத்தை - கவிதையை விட்டு விட்டுப் போகிறான்.

இந்த நவீனயுகம் அறிவுயுகம். அதனால்தான் இந்த யுகத் தில் கவிதை ரசனைக்கு நேரமில்லாமல், மதிப்பில்லாமல் போய்விட்டது.

இயற்கையோடு இணைந்து வாழ்ந்த ஆதிவாசிக்கு இயற் கையின் இயக்கங்களோடு தன்னுடைய இயக்கங்களை

ஒப்பிட்டுப் பார்க்கும் பார்வை இருந்தது. அதனால் அவன் வார்த்தை எல்லாம் கவிதையாக இருந்தது.

மனிதன் இயற்கையிலிருந்து விலக விலகக் கவிதையிலிருந்தும் விலகிவிட்டான்.

புத்திலக்கியர்கள் இந்த உண்மையை அறிந்துகொண்டார்கள். அதனால் உயர்ந்த கலையை, இலக்கியத்தைப் படைக்க வேண்டுமென்றால் ஆதிவாசியின் மனநிலையை, அவனுடைய வெளியீட்டு முறையை அடைய வேண்டும் என்பதைத் தெரிந்துகொண்டார்கள்.

இப்போது உலகமெங்கும் ஆதிவாசிகளின் கலை இலக்கிய உத்திகளைப் பற்றி ஆராய்ந்துகொண்டிருக்கிறார்கள்.

அதாவது நவீனக் கலைஞர்கள் ஆதிவாசிகளாக முயன்று கொண்டிருக்கிறார்கள்.

ஏனென்றால் ஆதிவாசியிடம்தான் இதயம் சுத்தமாகவும் அழகாகவும் இருந்தது. அவனிடம்தான் மானுடத்தின் மனோகர மலர்கள் மலர்ந்துகொண்டிருந்தன.

இம்சைச் சடங்கு

அகிம்சை பேசிய ஆளுநருக்குப்
பாதுகாப்பாக ஏகே 47
காந்தி நினைவு நாள்

'ஹைகூ' நன்றாக இருக்கிறதே என்கிறீர்களா? கேட்டுக் கொள்ளுங்கள். இது ஹைகூ அல்ல. அதாவது, ஹைகூ எழுத வேண்டும் என்று நினைத்து யாரோ ஒரு கவிஞர் 'மெனக்கெட்டு' எழுதிய ஹைகூ அல்ல. ஒரு நாள் செய்தித் தாளில் நான் படித்த தலைப்பு இது!

ஆச்சரியமாக இருக்கிறதா? எனக்கும் அப்படித்தான் இருந்தது. இதை எழுதியவருக்கு நிச்சயம் ஹைகூ எழுதவேண்டும் என்ற எண்ணம் இருந்திருக்க முடியாது? ஆனால் அவரை அறியாமலே அவர் வழியாக, ஒரு ஹைகூ வெளிவந்துவிட்டது. அதுவும் ஹைகூவின் மூன்று வரி வடிவத்தோடு! இப்படி நேர்வதுண்டு.

கவிஞர்களிடமிருந்துதான் கவிதை வரும் என்று சொல்ல முடியாது. கவிதைக்குச் சம்பந்தமே இல்லை என்று நாம் நினைக்கும் இடங்களிலிருந்து கூடச் சில சந்தர்ப்பங்களில் கவிதை தோன்றலாம்.

ஒரு கருத்து, 'தற்செய'லாய்த் தனக்கேற்ற அழகான வடிவத்தைப் பெறும்போது கவிதை ஆகிவிடும். சில சந்தர்ப்பங்களில் எதிர்பாராமல் 'தற்செய'லாய் நேர்ந்து விடும் சொற்களின் வித்தியாசமான சேர்க்கையில் கவிதை தோன்றிவிடும். அதாவது, இத்தகைய சந்தர்ப்பங்களில் மொழி தானே கவிதை எழுதிக்கொள்கிறது.

நல்ல கவிஞர்களிடமும் இப்படித்தான் நடக்கிறது. அவர்கள் மூளையைக் கசக்கிக்கொண்டு தம் தொழில் திறமை யெல்லாம் காட்டி எழுதும் கவிதைகளை விட, சில அபூர்வ மான கணங்களில் அவர்களிடம் மின் வெட்டுப் போல் உதிக்கும் கவிதைகளே அற்புதமாக இருக்கும். அதாவது, கவிதை என்பது ஒரு 'தற்செயல் நிகழ்வு'. இத்தகைய ஒரு தற்செயல் நிகழ்வில்தான் செய்தித் தலைப்பு கவிதை ஆகியிருக்கிறது.

இப்படி இது கவிதையாக அமைந்திருப்பதால்தான் எத்தனையோ உணர்வலைகளை எழுப்புகிறது. இதைப் படித்ததும் முதலில் நம்மை ஈர்ப்பது இதில் அமைந் திருக்கும் முரண்பாடு.

பேசியவருக்கோ, விழா நடத்தியவர்களுக்கோ இந்த முரண்பாடு உறுத்தாது. ஏனென்றால் இது ஒரு சடங்கு; அரசுச் சடங்கு! காந்தி நினைவு நாள் என்பது அரசு நடத்தும் சடங்குகளில் ஒன்று. அதில் அகிம்சை பற்றிப் பேசுவது ஒரு சம்பிரதாயம். அவ்வளவுதான். அரசுக் கோப்பில் குறிப்பு எழுத இது தேவை. அதற்கு அப்பால் விழாவின் நோக்கம், அது ஏற்படுத்த வேண்டிய விளைவு - இவை யெல்லாம் கோப்புக்குத் தேவையில்லாத விஷயங்கள்.

மதச் சடங்குகளைப் போலவே அரசுச் சடங்கும் இன்னா ரால் நடத்தப்பட வேண்டும் என்ற மரபு இருக்கிறது. அந்த

விழாவில் பேச அவருக்குத் தகுதி உண்டா என்ற ஆராய்ச்சி யெல்லாம் அநாவசியமானது. மதச் சடங்குகளில் எப்படி இதையெல்லாம் பார்ப்பதில்லையோ அப்படித்தான் அரசுச் சடங்குகளிலும். பதவிதான் இங்கே தகுதி. அரசியலும் ஒரு மதம்தான்.

பதவி என்ற தகுதி இருந்தால் போதும். ஊழல் பேர்வழி ஒழுக்கம், நேர்மை பற்றிப் பேசலாம். சாராயத் தொழிற்சாலை முதலாளி 'குடி குடியைக் கெடுக்கும்' என்று உபதேசிக்கலாம். தேசத்தைக் கொள்ளை அடிப்பவன் தேசியம் பேசலாம்.

செய்தித் தாள்களிலும் இந்தப் பேச்சுகள் வெளிவரும். ஏனென்றால் இது செய்தித் தாள் மரபு! இதையெல்லாம் யாரும் கேள்வி கேட்கக் கூடாது. ஏனென்றால் இது ஜனநாயக மரபு! மரபுதான் முக்கியம்.

இது மட்டுமல்ல. காந்தி விழா என்றால் துப்பாக்கியைத் தூற்றிப் பேச வேண்டும். வாஞ்சிநாதன் விழா என்றால் துப்பாக்கியைப் போற்றிப் பேச வேண்டும். ஒருவரே இதைச் செய்யலாம். யாரும் கண்டுகொள்ள மாட்டார்கள். ஏனென்றால் இது விழா மரபு!

எல்லாம் நாடகம்தான். அதனால்தான் மேடை போட்டு நடத்தப்படுகிறது. நாடகத்திற்கேற்ற வேஷம். வேஷத்திற்கேற்ற வசனம். 'நடிக'ரை இதற்காகக் குற்றம் சொல்ல முடியுமா? அரசியலும் நாடகம்தான். அதனால்தான் நடிகர்கள் அரசியல்வாதிகள் ஆகிறார்கள். அரசியல்வாதிகள் நடிகர்களாகிறார்கள். இரண்டிலும் நடிப்புத்தான் முக்கியம். மகாஜனங்களும் கலா ரசிகர்கள். அதனால் அவர்கள் வாக்கெல்லாம் நன்றாக நடிப்பவர்களுக்கே.

அகிம்சை 'பேசிய' ஆளுநர். பேசியவர்தாம்; கடைப்பிடிப்பவரல்லர். கடைப்பிடிப்பவர் என்றால் பாதுகாப்புக்கு ஆயுதம் ஏன்? அதாவது அவர் பேசுவதில் அவருக்கே நம்பிக்கை கிடையாது.

'ஆளுநருக்குப் பாதுகாப்பு'. ஆம் ஆள்பவர்களுக்குத்தான் பாதுகாப்பெல்லாம். ஜனங்களுக்கு அல்ல. ஏனென்றால் பாதுகாக்கப்பட வேண்டியவர்கள் ஆள்பவர்களே; ஜனங்களல்ல. அதுதான் ஜனநாயகம்.

காந்தி நினைவு விழாவில் ஏகே 47. அதிலும் ஒரு பொருத்தம் இருக்கத்தான் செய்கிறது. காந்தியை நினைக்கும்போது அவருக்கு முடிவு கட்டிய துப்பாக்கியை மறந்துவிட முடியுமா? எனவே காந்தி நினைவு நாள் என்றால் துப்பாக்கிக்கும் நினைவு நாள்தான்!

'காந்தி நினைவு நாள்'. 'நினை'ப்பதோடு சரி. அதுவும் ஆண்டுக்கு ஒரு முறை!

காந்தி நினைவு நாளில் துப்பாக்கி என்றால் என்ன அர்த்தம். காந்தி தோற்றுவிட்டார் என்பதுதானே. அந்நியர்களை வெற்றி கொண்ட அவருடைய அகிம்சை சொந்த நாட்டுக்காரர்களிடம் தோற்றுப் போனதேன்? இதை விடப் பெரிய அவலம் ஒன்று இருக்க முடியுமா?

சிந்தித்துப் பார்த்தால் அரசும் இதற்கு ஒரு காரணம் என்றே தோன்றுகிறது. எத்தனையோ போராட்டங்கள் அகிம்சை வழியில்தான் ஆரம்பிக்கின்றன. ஆனால் அந்தப் போராட்டங்களை அரசு கண்டுகொள்வதில்லை. அகிம்சை என்பது செவிடன் காதில் ஊதிய சங்காகவே முடிகிறது. வன்முறைப் போராட்டம் என்றால்தான் அரசின் கவனம் திரும்புகிறது. அதாவது வன்முறை என்ற ஒரு மொழிதான் அரசுக்குப் புரிகிறது. அதனால் மக்களே அகிம்சைப் போராட்டத்தில் நம்பிக்கை இழந்துவிட்டார்கள்.

இப்படியாகத்தானே குழந்தையையும் கிள்ளி விட்டுத் தொட்டிலையும் 'ஆட்டுகிற' கதையாய் மறைமுகமாய் வன்முறையையும் தூண்டிவிட்டுக் காந்தி விழாவையும் கொண்டாடுகின்றார்கள்.

இவர்கள் காந்தியை இப்படிக் கொண்டாடுவதைவிடக் கொண்டாடாமல் இருப்பது அவருக்குக் கௌரவமாக இருக்கும்.

யாருடைய சமாதி?

நாம் ஏதாவது ஒரு பொருளைப் பார்க்கிறோம். உடனே அதைப் போன்ற பொருள்கள் நம் நினைவுக்கு வருகின்றன.

ஏன் இப்படி நடக்கிறது?

மனம் ஒரு கம்ப்யூட்டர். நாம் கண்ணால் பார்க்கும் பொருள்களை அது வகை பிரித்து அடுக்கிவைக்கிறது.

ஒரே மாதிரி இருக்கும் பொருள்களை அது ஒரே இடத்தில் அடுக்கிவைக்கிறது. அதனால்தான் நாம் ஒரு பொருளைப் பார்த்ததும் அதைப் போன்ற பொருள்கள் நம் நினைவுக்கு வருகின்றன.

கவிஞர்களுக்கு மனத்தின் இந்தச் செயல் மிகவும் உபயோகமாக இருக்கிறது.

இதனால்தான் கவிஞர்கள், உவமை, உருவகம், படிமம், குறியீடு ஆகியவற்றை சுலபமாக உருவாக்க முடிகிறது.

உண்மையில் உவமை முதலியவற்றை உருவாக்குவதற் காக நாம் கஷ்டப்பட்டுச் சிந்திக்க வேண்டியதில்லை.

மனத்தை அதன் போக்கில் இயங்கவிட்டால் போதும். அதுவே அற்புதமான உவமைகளை எடுத்துக் கொடுக்கும்.

இப்படி மனம் எடுத்துத் தரும் உவமை முதலியவை நாமே சிரமப்பட்டு உருவாக்கும் உவமை முதலியவற்றை விட உயர்ந்ததாக இருக்கும். அதில் ஆழ்ந்த அர்த்தங்கள் இருக்கும்.

ஒரு நாள் இரவு முழுதும் சூறாவளி வீசியது.

அது மணற் பாங்கான பகுதி. சூறாவளி மணலைப் பெருங் குவியலாகக் குவித்தது.

இந்த மணற் குவியலை ஜப்பானியக் கவிஞர் இஷிகாவா தகுபோகு பார்த்தார்.

மணற் குவியலைப் பார்த்ததும் அவருக்கு அதைப் போன்று இருக்கும் சமாதி நினைவுக்கு வந்தது. அவர் பாடினார்:

> ஒரே இரவில்
> சூறாவளி வந்து
> உயர்ந்த மணல் மேட்டைக்
> கட்டியது
> யாருடைய சமாதி இது?

எல்லோருக்கும், ஒரு பொருளைப் பார்த்தால் அதைப் போன்ற பொருள்கள் நினைவுக்கு வந்துவிடுவதில்லை. கவிஞர்களுக்குத்தான் இத்தகைய அனுபவம் உண்டாகிறது.

காரணம், கவிஞர்கள் ஒரு பொருளைப் பார்க்கும் போது கூர்ந்து பார்க்கிறார்கள். இதனால் மனம் இயங்க ஆரம்பிக்கிறது.

மற்றவர்கள் இப்படிக் கூர்ந்து பார்ப்பதில்லை. இயந்திரத் தனமாகப் பார்த்துவிட்டுப் போய்க் கொண்டே இருக் கிறார்கள். அதனால் மனம் இயங்குவதில்லை.

வேறொரு வகையாகச் சொல்வதென்றால் கவிஞர்கள் பிலிம் போடப்பட்ட கேமரா போன்றவர்கள். அவர்கள் பார்க்கும் பொருளைச் சரியான ஒளியில், சரியான கோணத்தில் தெளிவாகப் படம் பிடித்துக் கொள்கிறார்கள். மற்றவர்கள் பிலிம் இல்லாத கேமரா போன்றவர்கள். மேலும் அவர்கள் நின்று பார்த்து 'க்ளிக்' செய்வதுமில்லை.

சூறாவளி குவித்த மணற் குவியலைப் பார்த்த இஷிகாவாவுக்கு சமாதி ஏன் நினைவுக்கு வந்தது?

குன்று நினைவுக்கு வந்திருக்கலாமே?

பழந் தமிழ் இலக்கியத்தில் ஆற்று மணற் குவியலை நதிப் பெண்ணின் மார்பகம் என்று சொல்லியிருக்கிறார்கள்.

இஷிகாவாவுக்கும் அப்படித் தோன்றியிருக்கலாமே?

இங்கே மனம் எப்படிச் செயல்படுகிறது என்பதை அறிந்து கொள்ள முடிகிறது.

ஒத்த பொருள்களை எடுத்துத் தரும்போது மனம் தன் இஷ்டப்படி எடுத்துத் தருவதில்லை. பார்ப்பவனுடைய மனநிலை, சூழ்நிலை இவற்றிற்கேற்ற பொருள்களையே அது எடுத்துத் தருகிறது.

இஷிகாவா உல்லாச உணர்வில் இருந்திருந்தால் அவருக்கும் மணற் குவியல் மார்பகமாகத் தோன்றியிருக்கலாம்.

மணற் குவியல் அவருக்கு சமாதியாகத் தோன்றியது என்பதிலிருந்தே அவர் சோக உணர்வில் இருந்திருப்பார் என்று நம்மால் ஊகிக்க முடிகிறது.

அவருக்கு நெருக்கமான உறவினர் யாராவது இறந்திருக்கலாம். அல்லது அவருக்கே மரணம் பற்றிய எண்ணம் தோன்றியிருக்கலாம்.

அதனால்தான் மணற் குவியல் அவருக்கு சமாதியாகத் தோன்றியது.

மேலும் மணற் குவியலை மார்பகம் என்று பாடினால் அழகாகத்தான் இருக்கும். ஆனால் அது மேலோட்டமான பார்வையாகத்தான் இருக்கும். ஆழ்ந்த உணர்வுகளை ஏற்படுத்தாது.

நல்ல கவிஞர்கள் வெற்று அழகையும் மேலோட்டக் கவர்ச்சியையும் விரும்பமாட்டார்கள். பக்குவமடையாத கவிஞர்களே இவற்றை விரும்புவார்கள்.

மேலும் மார்பகம் என்றால் வாலிபப் பருவமுடையவர்கள் மட்டுமே அதிகக் கிளர்ச்சி அடைவார்கள். (விதி விலக்குகள் இருக்கலாம்.) மற்றவர்கள் சங்கடப்படலாம்; அருவருப்படையலாம்.

ஆனால் சமாதி என்றால் எல்லோருமே உலுக்கப்படுவார்கள். ஏனென்றால் மரணம் எல்லா மனித மனங்களிலும் ஆழமான உணர்வுகளை உண்டாக்கக் கூடியது.

இஷிகாவாவின் கவிதையில் இன்னொன்றையும் கவனிக்க வேண்டும்.

மணற் குவியல் ஏதாவது ஒன்றினுடைய சமாதி என்று அவர் கூறியிருக்கலாம். ஒரு நல்ல கவிஞன் இதையும் செய்யமாட்டான்.

ஏதாவது ஒன்றினுடைய சமாதி என்று கூறியிருந்தால் அதையும் நாம் ரசித்திருக்க முடியும். ஆனால் அந்த ரசனையில் 'யாருடைய சமாதி இது?' என்ற கேள்வி எழுப்புகின்ற ஆழமான உணர்வுகள் ஏற்படா.

மேலும் ஏதாவது ஒன்றினுடைய சமாதி என்று கூறுவதற்காகக் கவிஞன் கற்பனையைப் பலவந்தப்படுத்த வேண்டியிருக்கும். அதனால் கவிதை செயற்கை ஆகிவிடும்.

மேலும், ஒன்றினுடைய சமாதி என்று கூறிவிட்டால் கவிதையின் அர்த்தம் சுருங்கி வரையறுக்கப்பட்டுவிடும். இதனால் கவிதை நிரந்தரத்துவத்தை இழந்து கீழே விழுந்துவிடும்.

மேலும், கவிஞனே எல்லாவற்றையும் சொல்லிக் கொண்டிருக்கக் கூடாது. கவிதை அனுபவத்தில் வாசகனுக்கும் இடம் தர வேண்டும்.

'யாருடைய சமாதி இது?' என்ற கேள்வி வாசகனுடைய உணர்வுகளைக் கிளறிவிடும். அவன் எதை எதையோ சிந்திக்கக் கூடும். இதனால் அவனும் கவிஞனுடைய மன நிலையை அடைகிறான்.

வாசகனையும் கவிஞனாக்குகிறவன்தான் உயர்ந்த கவிஞன்.

∎

அறியாததை நோக்கி...

பிரபஞ்சம் தாகத்தால் ஆசீர்வதிக்கப்பட்டிருக்கிறது. ஒவ்வொரு பொருளும், ஒவ்வோர் உயிரும் தாகத்தால் வழி நடத்தப்படுகின்றன.

தாகமே பரிணாமத்தின் ரகசியம். தாகமே உயிரின் ராகம்.

ஸ்பானியப் புதுக் கவிஞர் லோர்கா கூறுகிறார்.

> மாலை கூறுகிறது:
> நான் நிழலுக்குத்
> தாகிக்கிறேன்
>
> நிலா கூறுகிறது:
> நான் பிரகாசமான
> நட்சத்திரங்களுக்குத்
> தாகிக்கிறேன்

பளிங்கைப் போல் தெளிந்த
நீரூற்று
உதடுகளைக் கேட்கிறது

காற்று
பெருமூச்சுகளைக் கேட்கிறது

நிழல் இல்லையென்றால் மாலைக்கு அடையாளம் என்ன?

நட்சத்திரங்கள் இல்லையென்றால் நிலாவுக்கு அரசாட்சி ஏது?

பருகுவோர் இல்லையென்றால் நீரூற்றின் பயன் என்ன?

மனித வாழ்வின் சாரமான பெருமூச்சுகளைச் சுமக்கா விட்டால் காற்றுக்கு அர்த்தம் ஏது?

எல்லாப் பொருள்களுக்கும் தாகம் இருக்கும்போது லோர்காவுக்கு இருக்காதா? அவருடைய தாகம் என்ன?

நறுமணத்திற்கும்
சிரிப்புகளுக்கும்
நான் தாகிக்கிறேன்.

நிலாக்களும் அல்லிகளும் அற்ற
சருகான காதல் அற்ற
புதிய பாடல்களுக்கு
நான் தாகிக்கிறேன்.

கவிஞனுக்குக் கவிதையைத் தவிர வேறு எதன் மீது தாகமாக இருக்கும்?

ஆனால் லோர்கா அழுமூஞ்சிக் கவிதைகளை விரும்ப வில்லை.

இன்றையத் தேவைகளுக்காகக் கடைத்தெருவுக்குப் போகும் கவிதைகள் அவருக்குப் பிடிக்கவில்லை. அவருடைய தாகம் நாளைக்கான கவிதையின் மீது.

> நாளைக்கான பாடல் –
> எதிர்காலத்தின்
> அமைதியான நீரைக்
> கொந்தளிக்கச் செய்து,
> அதன் சிற்றலைகளிலும்
> வண்டலிலும்
> நம்பிக்கையை நிரப்பும் பாடல்

இறந்த காலத் தவறுகளுக்காகக் கைபிசைந்து கொண்டிருப்பதையும் வெற்றுக் கற்பனைகளில் மூழ்கிக் கிடப்பதையும் அவர் வெறுக்கிறார்.

> பிரகாசமான
> உறுதியான பாடல்
> கருத்துகளால் செழித்த,
> இரங்கல்களும்
> வேதனைகளும் இல்லாத,
> கற்பனைக் கனவுகள்
> இல்லாத பாடல்

சுய சோகங்களைப் புலம்பிக்கொண்டிருப்பது தேவையற்றது. அது சுயத்தை மூடி மறைக்கும் சதை. லோர்கா விரும்புவது.

> தன்னுணர்ச்சிப் பாடல் என்ற
> சதையற்ற,
> மௌனத்தைச்
> சிரிப்புகளால் நிரப்பும் பாடல்

தம் கவிதை எப்படி இருக்க வேண்டும் என்பதை விளக்க லோர்கா ஓர் ஆழமான படிமத்தைக் கையாளுகிறார்.

> அறியாததை நோக்கி
> எறியப்பட்ட
> குருட்டுப் புறாக்களின்
> பறத்தல்

அரைத்த மாவையே அரைத்துக்கொண்டிருக்கும் கவிதை களால் என்ன பயன்?

கவிதை மனித அனுபவமும், அறிவும் அறியாத புதுத் திசை களில் பயணம் செய்ய வேண்டும். அப்போதுதான் அது துணிவும், சுவாரஸ்யமும் உடையதாக இருக்கும். அப்போது தான் அது புது தரிசனங்களையும், அனுபவங்களையும் மனிதனுக்கு வரவாக்கித் தரும்.

கண்ணுள்ள புறாக்கள் அறிந்த திசைகளில் அறிந்த இடங் களுக்கே பறந்துகொண்டிருக்கும்.

கண்ணில்லை என்றால், அதுவும் அறியாத திசை நோக்கி எறியப்பட்டால் அவை புதியவற்றைநோக்கிப் பறந்து கொண்டே இருக்கும். அவற்றின் பறத்தலுக்கு முடிவு இல்லை. ஏனெனில் அறியாததற்கும் முடிவு இல்லை.

கவிதையின் பயணம் முடிவற்றதாக இருக்க வேண்டும் என்று விரும்புகிறார் லோர்கா.

கவிதையின் லட்சியத்தையும் லோர்கா சுட்டிக் காட்டு கிறார்.

> பொருள்களின் ஆன்மாவை,
> காற்றுகளின் ஆன்மாவை
> அடையும் பாடல்
>
> இறுதியாக
> நிரந்தரமான இதயத்தின்
> ஆனந்தத்தில்
> ஓய்வுகொள்ளும் பாடல்

கவிதை புறத் தோற்றங்களை, மேலோட்டமான அலைச் சலனங்களைச் சொல்லிக் கொண்டிருக்கக் கூடாது. அது உள்ளே செல்ல வேண்டும். ஆழத்தை, மூலத்தை அடைய வேண்டும்.

ஒவ்வொரு பொருளின் ஆன்மாவையும் அது தொட வேண்டும். அதுவாகவே ஆகிவிட வேண்டும்.

காற்றின் சுதந்திரம், மணங்களையும், ஒலிகளையும் அஞ்சல் செய்யும் சேவை, சுவாசமாகும் உன்னதம் இவ்வளவும் கவிதைக்கு வேண்டும்.

இத்தகைய கவிதையே எல்லையற்ற ஆனந்தத்தைத் தரும். இத்தகைய கவிதையே காலத்தால் அழியாமல் நிரந்தரத்துவம் அடையும்.

■

நிலா நிலா இல்லை

ஜெர்மானியக் கவிஞர் ஹெய்ன்ரிச் ஹெய்ன் ஒரு முறை காட்டில் சிக்கிக்கொண்டார்.

வழி தவறிவிட்டது. மூன்று நாள் சுற்றிச் சுற்றி வந்தும் வெளியேற முடியவில்லை.

ஆளைத் தின்னும் பசி; களைப்பு. அவரால் உறங்கவும் முடியவில்லை. காட்டு விலங்குகளின் பயம்.

மூன்றாம் நாள் இரவு பௌர்ணமி. வானத்தில் வட்ட நிலா முழு அழகோடு முகம் காட்டியது.

பசி வேதனையோடிருந்த ஹெய்ன் நிலாவைப் பார்த்தார்.

என்ன ஆச்சரியம்! அவர் பார்வைக்கு நிலா ரொட்டியாகத் தெரிந்தது.

அவராலேயே நம்ப முடியவில்லை. எல்லாக் கவிஞர்களை யும் போலவே அவரும். நிலாவை வர்ணித்து எத்தனை யோ கவிதைகள் எழுதியிருக்கிறார்.

எல்லாக் கவிஞர்களையும் போலவே அவரும் நிலாவைக் காதலியின் முகம் என்று சொல்லியிருக்கிறார்.

இன்று என்ன ஆயிற்று?

கண்களைக் கசக்கி மீண்டும் மீண்டும் பார்த்தார்.

ம்ஹூம்.. நிலாத் தெரியவில்லை . காதலியின் முகமும் தெரியவில்லை.

ரொட்டிதான் தெரிந்தது.

பசி நிலாவை ரொட்டியாக்கிவிட்டது.

பார்ப்பவன் உணர்வுக்கேற்பப் பார்க்கும் காட்சி மாற்றம் அடைகிறது.

ஹெய்ன் ரொட்டி சாப்பிடும் மேனாட்டுக்காரர். அதனால் நிலா அவருக்கு ரொட்டியாகத் தெரிந்தது.

பசித்த தமிழன் நிலாவைப் பார்த்தால் என்ன தெரியும்?

பாரதிதாசன் பாடுகிறார்:

> நித்திய தரித்திரராய்
> உழைத்து உழைத்து
> தினைத் துணையும் பயனின்றிப்
> பசித்த மக்கள்
> சிறிது கூழ் தேடுங்கால்
> பானை ஆரக்
> கனத்திருந்த வெண் சோறு
> காணும் இன்பம்
> கவின் நிலவே உனைக் காணும்
> இன்பம் தானோ!

தினமும் கூழ் சாப்பிட்டே அலுத்துப் போன நாட்டுப் புறத்தான் நிலாவைப் பார்த்தான். அது,

சோளப் பொரி மத்தியிலே
சுட்டு வைத்த தோசை

போலத் தோன்றுகிறது.

பாவம்! அவனுக்குத் தோசை சாப்பிட ஆசை.

அரசனைப் புகழ்ந்து பாடிப் பரிசில் பெறச் செல்கிறார் சங்கப் புலவர்.

அவர் பார்வையில் நிலா அரசனின் வெண்கொற்றக் குடை யாகத் தெரிகிறது.

கம்பதாசனின் சிருங்காரப் பார்வையில் நிலா எப்படித் தோன்றியது தெரியுமா?

திங்கள் எனும் பெண்
திரும்பிடவே – அவள்
சேலை இருள்
சிறிதே விலகக்
கொங்கைகளில் ஒன்று
காண்கிறதோ? – கடல்
கூவித் திரைக்கை
கொட்டிச் சிரிக்க.

சேக்கிழார் சிவ பக்தர். அவர் நிலா ஒளியைப் பார்த்து விட்டு, 'பூமி திருநீறு பூசியிருக்கிறது' என்கிறார்.

குடிகாரனைக் கேட்டால் இரவுப் பெண் நிலாக் குவளை யிலிருந்து கள் வார்க்கிறாள் என்பான்.

நோயாளி பார்த்தால், 'நிலாப் புண் உடைந்து சீழ் வடிகிறது' என்பான்.

அரசியல்வாதிக்கு நிலா சொற்பொழிவாற்றும் தலைவ ராகத் தெரியும். நட்சத்திரங்கள் மகா ஜனங்களாகத் தெரியும்.

ஆடு மேய்ப்பவனுக்கு நிலா நட்சத்திர மந்தையை மேய்க்கும் இடையனாகத் தெரியும்.

பிச்சைக்காரியைக் கேட்டால் 'நிலா பிச்சைக்கு விரித்த துணியில் விழுந்த வெள்ளி நாணயம்; நட்சத்திரங்கள் இறைந்து கிடக்கும் சில்லறை' என்பாள்.

ஒரே நிலாதான். ஆனால் ஒவ்வொருவருக்கும் ஒவ்வொரு வகையாகக் காட்சி அளிக்கிறது.

பார்ப்பவர் மன நிலை பார்க்கப்படும் பொருளை மாற்றி விடுகிறது.

மனிதன் எல்லாவற்றையும் இப்படித்தான் பார்க்கிறான்.

ஒன்று அவன் தனக்குப் பிடித்தமானதைப் பார்க்கிறான். இல்லையென்றால் எதைப் பார்த்தாலும் தனக்குப் பிடித்தமான பொருளாகவே பார்க்கிறான்.

நிலாவை நிலாவாகவே பார்ப்பவர்கள் யாராவது உண்டா?

∎

குழந்தை போல் ஒரு கவிதை

தாகூர் ஜப்பானுக்குச் சென்றிருந்தபோது ஒரு ஜப்பானிய நண்பரின் வீட்டில் அவரது கவிதை வாசிப்புக்கு ஏற்பாடு செய்திருந்தார்கள்.

தாகூர் தம்முடைய கவிதையை அவருக்கே உரிய பாணியில் வாசிக்கத் தொடங்கினார்.

அந்தக் கவிதை அருவியில் அனைவரும் குளித்துத் திளைத்துக்கொண்டிருந்தனர்.

அந்த இடத்தில் ஓர் அழகான குழந்தை அங்கும் இங்கும் ஓடி விளையாடிக் கொண்டிருந்தது.

தாகூரின் கவனம் அந்தக் குழந்தையிடம் சென்றது. அவருடைய கவிதை வாசிப்பு நின்றது.

கவிதை தந்த ஆனந்த அனுபவத்தில் லயித்துக் கிடந்தவர்கள், அதற்கு இடையூறாக வந்த குழந்தையிடம் எரிச்சல் அடைந்தார்கள்.

சிலர் அந்தக் குழந்தையை அங்கிருந்து துரத்த முயன்றார்கள்.

தாகூர் அவர்களைத் தடுத்தார்.

மீண்டும் கவிதை வாசிப்பைத் தொடரும் முன் பெருமூச்சு விட்டபடி சொன்னார்:

> ஓ! அந்தக் குழந்தையைப்
> போன்ற அழகான –
> இயற்கையான ஒரு கவிதையை
> என்னால் எழுத முடிந்தால்...

சொன்னவர் யார்?

கற்றுக்குட்டிக் கவிஞரா? அற்புதமான கவிதைகளை ஆயிரக் கணக்கில் படைத்த அமர கவி; நோபெல் பரிசு பெற்ற உலக மகா கவி.

குழந்தையைப் போன்ற அழகான, இயற்கையான ஒரு கவிதையைப் படைக்க வேண்டும் என்பது அவரது நோக்கம்.

உண்மையான படைப்பாளி ஒவ்வொருவனுக்கும் இருக்கும் ஏக்கம்தான் இது.

பெரும்பாலோருக்கு இது ஏக்கமாகவே இருந்துவிடுகிறது.

ஏன்? அப்படிப் படைப்பது எளிதான செயலல்ல.

குழந்தை என்றாலே அதனிடம் ஓர் அழகு இருக்கத்தான் செய்கிறது.

எப்படி வருகிறது இந்த அழகு?

இந்த அழகுக்கு முதல் காரணம் புதுமை.

ஒவ்வொரு குழந்தையும் ஒரு புதுமையாக இருக்கிறது. அதனால் அழகாக இருக்கிறது.

அடுத்தது அதன் சிறிய வடிவம்.

பெரிதாக இருப்பதை விடச் சிறிதாக இருப்பது அழகாக இருக்கும்.

பெரியதைச் சிறிதாக்கிப் பாருங்கள். அழகு வந்துவிடும்.

குழந்தையும் ஒரு 'பெரிய' தன் சிறிய வடிவம்தான். அதனால்தான் அது அழகாக இருக்கிறது.

குழந்தையின் ஒவ்வொரு செயலும் அழகாக இருக்கிறது.

காரணம், அது அறிவு நிலையில் இயங்குவதில்லை. வளர்ந்து சமூகத்தால் பயிற்சி தரப்பட்ட பெரியவர்களைப் போல் அது காரண காரிய, தர்க்க முறையிலான செயற்பாடு களைக் கொண்டிருக்கவில்லை.

குழந்தை எதை விரும்புகிறதோ அதை நோக்கிக் கை நீட்டுகிறது.

பெரியவர்கள் அப்படிச் செய்ய முடியாது. காரணம் சமூகக் கட்டுப்பாடுகள். அதனால் ஏற்படும் கூச்சம், பயம்.

குழந்தை அழ வேண்டுமென்றால் அழுகிறது. சிரிக்க வேண்டுமென்றால் சிரிக்கிறது.

பெரியவர்கள் அப்படிச் செய்ய முடியாது. சமய சந்தர்ப்பம், சுற்றுச் சூழ்நிலை இவற்றைப் பொறுத்துத்தான் அவர்கள் அழுகையையோ, சிரிப்பையோ வெளிப்படுத்த முடியும்.

பெரியவர்களின் கண்ணீரும் புன்னகையும் பெரும்பாலும் சமூக கௌரவத்தின் காலடிகளால் மிதித்து நசுக்கப்பட்டு விடுகின்றன.

இன்னொன்றையும் நீங்கள் கவனித்திருக்கலாம். பெரிய வர்கள் அழும்போது குழந்தை சிரிக்கலாம். அவர்கள் சிரிக் கும்போது அது அழலாம்.

பெரியவர்கள் சில நேரங்களில் போலியாக அழுவார்கள். போலியாகச் சிரிப்பார்கள். ஒரு குழந்தைக்கு இப்படிச் செய்யத் தெரியாது.

இவை எல்லாவற்றையும்விட மற்றொரு சிறப்பு குழந்தை யிடம் உண்டு.

பெரியவர்கள் வளர வளர வந்து சேரும் அழுக்குகள் எவையும் குழந்தையிடம் இல்லை.

அது பரிசுத்தமாக இருக்கிறது. அதனால்தான் அது அழகாக இருக்கிறது. அதனால்தான் அதனிடம் தெய்வீகம் நிழலாடுகிறது.

குழந்தை இயற்கையாக இயங்குகிறது. பெரியவர்களிடம் உள்ள செயற்கைத்தனங்களைக் குழந்தையிடம் காண முடியாது.

குழந்தை தன்னிச்சையாக இயங்குகிறது. சுதந்திரமாக இயங்குகிறது.

சுதந்திரமே அழகு; சுதந்திரமே இயற்கை.

குழந்தையின் அழகுக்கு இவை மட்டும்தான் காரணமா?

இல்லை. இவற்றுக்கும் மேலே, இவற்றுக்கும் அப்பால் இன்னும் ஏதோ இருக்கிறது.

குழந்தையின் கள்ளங் கபடமற்ற சிரிப்பில், அர்த்த முடைய நம்முடைய மொழிகளைவிட அழகான அதன் மழலையில், பேதம் பாராட்டாத அதன் அன்பில் நம்மால் முழுதும் புரிந்துகொள்ள முடியாத மர்மங்கள் இருக் கின்றன.

இந்த மர்மங்களே குழந்தையை அழகாக்குகின்றன. இந்த மர்மங்களே எல்லோரையும் அதன் பால் ஈர்க்கின்றன.

இப்பொழுது சொல்லுங்கள். ஒரு குழந்தையைப் போன்ற கவிதையைப் படைப்பது சுலபமான காரியமா?

தாகூர் பெருமூச்சு விட்டதில் அர்த்தம் இருக்கிறதல்லவா?

குழந்தையைப் போன்று ஒரு கவிதை உருவாவதென்பது ஓர் அபூர்வமான நிகழ்ச்சி.

மகாகவிகளுக்கும் கூட இது ஓர் அபூர்வமான நிகழ்ச்சி தான்.

குழந்தைக்கு இந்த அழகும் இயற்கையும் எப்படி வாய்க்கின்றன? குழந்தை ஒரு படைப்பாக இருக்கிறது. அதனால் தான்.

ஒரு குழந்தையைத் திட்டமிட்டு, மாதிரியை வைத்து உருவாக்க முடியாது.

பெற்றோர்கள் குழந்தையைச் செய்வதில்லை. செய்ய முடியாது. அது பெற்றோர்களிடம் உண்டாகிறது.

அதனால்தான் பெற்றோர்களே அதைப் பார்த்து வியப் படைகிறார்கள்.

ஒரு நல்ல கவிதையும் அப்படித்தான். அது கவிஞனால் திட்டமிட்டு, மாதிரியை வைத்துச் செய்யப்படுவதில்லை. அது கவிஞனிடம் உண்டாகிறது.

அதனால்தான் கவிஞனே தன் கவிதையைப் பார்த்து வியக்கிறான்.

ஒரு குழந்தையைப் போன்று ஒரு கவிதை 'உண்டாக' என்ன செய்ய வேண்டும்?

க்விஞன் பெண்ணாக மாற வேண்டும்? பூப்படைந்த பெண் ணாக, மலட்டுத்தனம் இல்லாத பெண்ணாக.

குழந்தையைப் போலவே கவிதை உண்டாவதற்கும் ஒரு 'கரு' வேண்டும்.

கரு வேண்டுமென்றால் கலவி வேண்டும். அந்தக் கலவிக்கு ஒரு காதலன் வேண்டும்.

பெண்ணான கவிஞனுக்கு அனுபவம்தான் கலவி செய்யும் காதலன்.

பெண் தானே கருவை உண்டாக்கிக் கொள்ள முடியாது.

அனுபவங்களின் கலவியில்லாதவனும் கருவடைய முடியாது.

கருவே குழந்தையாகிவிடுவதில்லை. அந்தக் கருவுக்கு உரு வேண்டும்.

கருவுக்கு முழு உருக் கிடைக்கும் வரை கர்ப்பிணியைப் போலவே கவிஞனும் பொறுமையாகக் காத்திருக்க வேண்டும்.

இவ்வளவுக்கும் பிறகு சுகப் பிரசவம் ஆக வேண்டும்.

பிரசவிக்கும் பெண்ணைப் போலவே கவிஞனும் கவிதை பிறக்கும் போது பிரசவ வேதனையை அனுபவிக்கிறான்.

இவ்வளவும் நடந்தால்தான் ஒரு கவிதை குழந்தையைப் போன்று இருக்கும். படைப்பாக இருக்கும்.

அப்படி இருந்தால்தான் பெற்றோர்கள் மட்டுமல்ல மற்றவர்களும் அதன் அழகில் மயங்கி உச்சி முகர்ந்து உன்மத்தம் அடைவார்கள்.

தூரத்துப் புகை

வடிவமைக்கப்பட்ட யாழுக்கு
ஐம்பது நரம்புகள் இருப்பது
தற்செயலே

நரம்பும் விரல் கட்டையும்
ஒன்றன் பின் ஒன்றாகப்
பூக்கும் வருஷங்களை
நினைவூட்டுகின்றன

'சுவாங் ட்ஸு'
சூரியோதயத்தில்
ஒரு வண்ணத்துப் பூச்சி
வழிதவறியதாகக்
கனவு கண்டான்

'வாங்–டி'யின்
வசந்தக் கிளர்ச்சி
குயிலின் பாடலில்
கூவுகிறது

நிறைநிலாக் காலத்தில்
விசாலக் கடலில்
ஒரு முத்து
கண்ணீர் சிந்துகிறது

சூரியன்
இதமாக இருக்கும்போது,
'கருநீல வெளி'யில்
பச்சை மணிக்கல்லிலிருந்து
புகை எழுகிறது

இந்த மனநிலை
பின்காட்சியில்
முதிர்வதற்காகக்
காத்திருந்ததா?

எல்லாமே பிரமை
இப்போதைப் போல்
அப்போதும்

ஏதாவது புரிகிறதா? புரிந்து கொள்வது சிரமம்தான்.

இது ஒன்பதாம் நூற்றாண்டுச் சீனக் கவிதை. லி ஷாங்-யின் என்பவர் எழுதியது.

சீன மொழி கடினமான மொழி. சீனக் கவிதை மிகவும் சிக்கலானது. அதிலும் லி ஷாங்-யின் புரிந்துகொள்வதற்கு மிகவும் கடினமானவர்.

கவிஞர் இதில் பல மறைகுறிப்புகளைக் கையாண்டிருக்கிறார். அவற்றைப் புரிந்துகொள்ள வேண்டுமென்றால் சீன

வரலாற்றிலிருந்தும், நாட்டுப்புறக் கதைகளிலிருந்தும் சில பின்னணித் தகவல்கள் தெரிய வேண்டும்.

'ஃபு-ஹ்சி' என்பவர் கண்டுபிடித்த யாழுக்கு ஐம்பது நரம்புகள் இருந்தன. மஞ்சள் சக்கரவர்த்தி அந்த யாழை இசைக்கும்படி வெள்ளைச் சீமாட்டிக்கு ஆணையிட்டார். அவள் அதை இசைத்தபோது அதிலிருந்து புறப்பட்ட இசை தாள முடியாத சோகமாக ஒலித்தது. சக்கரவர்த்தி யாழின் பாதி நரம்புகளை அறுத்தெறிந்து மீதி இருபத்தைந்து நரம்புகளை விட்டுவிட்டார். முதல் இரண்டு வரிகள் (ஒவ்வொரு வரியையும் ஒவ்வொரு பத்தியாகத் தந்திருக்கிறேன்.) இந்த நிகழ்ச்சியை அடிப்படையாகக் கொண்டிருக்கின்றன.

சுவாங்-ட்ஸு என்ற ஞானி ஒருமுறை தம்மை ஒரு வண்ணத்துப் பூச்சியாகக் கனவு கண்டார். அவருக்கு திடீரென்று ஒரு சந்தேகம் வந்துவிட்டது. சுவாங்-ட்ஸு தம்மை வண்ணத்துப் பூச்சியாகக் கனவு காண்கிறாரா? இல்லை வண்ணத்துப் பூச்சி தன்னை சுவாங்-ட்ஸுவாகக் கனவு காண்கிறதா என்பது அவருக்குத் தெரியாமல் போயிற்று. இது மூன்றாவது வரியில் உள்ள குறிப்பு.

ஷு நாட்டு அரசன் வாங்-டி அமைச்சனின் மனைவியோடு விபச்சாரம் புரிந்தான். பிறகு அதற்காக வெட்கப்பட்டு வருந்தி நாட்டை விட்டு வெளியேறியவன் குயிலாகி விட்டான். இது நான்காவது வரிக்கான தகவல்.

நிலா வளரும்போது ஈரிதழ்ச் சிப்பி நிறைகிறது. அது தேயும் போது சிப்பி காலியாகி விடுகிறது.

சீனத் தொன்மத்தின்படி கீழைக் கடலுக்கு அப்பால் நீரில் கடற்கன்னிகள் வசிக்கின்றனர். அவர்கள் அழுதால் கண்களிலிருந்து முத்துக்கள் உதிர்கின்றன. ஐந்தாவது வரிக்கான குறிப்புகள் இவை.

ஓர் அரசன் தன் மகள் அவளுடைய காதலனை மணக்க விடாமல் தடுத்தான். அவள் அந்த சோகத்தில் இறந்து

விட்டாள். ஒரு நாள் அவள் திடீரென்று தந்தை முன் தோன்றினாள்.

"நீ உயிருடனா இருக்கிறாய்?" என்று வருத்தமும் மகிழ்ச்சியுமாக அரசன் கேட்டான். அவள் தாய் அவளை ஆசையோடு அணைக்க வந்தாள். இளவரசியோ புகையைப் போல் கரைந்து மறைந்துவிட்டாள்.

ஒரு கவிஞன் உருவாக்கும் காட்சி, லான்-டியன் மலை வெயிலால் வெப்பமடைகிறபோது உயர்ந்த பச்சை மணிக்கல்லிலிருந்து புறப்படும் புகையைப் போன்றது. தூரத்திலிருந்து பார்த்தால்தான் அது தெரியும். அருகிலிருந்து பார்த்தால் தெரியாது என்கிறார் ஹ்ஸு-லுன். இது ஆறாவது வரியின் குறிப்பு.

இந்தப் பின்னணித் தகவல்களின் அடிப்படையில இனி இக் கவிதையின் அர்த்தம் காண முயலலாம்.

'பூக்கும் வருஷங்களை நினைவூட்டுகின்றன' என்ற வரி, கவிஞர் தம் அழகான இளமைக் காலத்தை நினைத்துப் பார்க்கிறார் என்பதை உணர்த்திவிடுகிறது.

அந்த நினைவு யாழின் இசைபோல் இனிமையானது; ஆனால் அதே நேரத்தில் சோகமானது.

அந்த நினைவு காதல் பற்றியது. வாங்-டியின் காதலைப் போல வெளியில் சொல்ல முடியாதது.

அது சுவாங்-ட்ஸுவின் கனவைப் போன்றது. அதுசில நேரங்களில் உண்மையல்லாதது போல் தோன்றுகிறது. சில நேரங்களில் கவிஞரின் வாழ்க்கையைவிட அதிக உண்மையாகத் தோன்றுகிறது.

வாங்-டி குயிலாக மாறியது போலக் கவிஞரும் காலப் போக்கில் மாறிவிட்டார், பழைய சோகத்தைப் பாடும் கவிஞராக.

'ஒரு முத்து கண்ணீர் சிந்துகிறது' என்பது கண்ணீர் வடிக்கும் கவிஞரின் காதலியை உணர்த்துகிறது.

'சூரியன் இதமாக இருக்கும்போது கருநீல வெளியில் பச்சை மணிக்கல்லிலிருந்து புகை எழுவது' நினைத்துப் பார்க்கும்போது தோன்றும் காதலியின் வடிவத்தை உணர்த்துகிறது. ஆனால் அந்த வடிவம் புகையைப் போல் மங்கலானது; பிடித்தால் நழுவக் கூடியது.

ஒரு வேதனையான அனுபவம் காலத்தால் பக்குவ மடைந்து கவிதையாகிறது. கண்ணீர்த் துளி முத்தாவதைப் போல் சோகம் கவிதையாகிறது.

மலைப் புகை போல இந்த அழகும் தூரத்திலிருந்து பார்த்தால்தான் புலப்படும்.

நேர்ந்தபோதும் கூட இந்தக் காதல் அனுபவம் புகை போலவே மங்கலானது. கைக்குள் அடங்காதது.

யாழிசை, வண்ணத்துப் பூச்சி, குயில் பாட்டு, நிலா, முத்து, புகை என்ற படிமங்கள் எல்லாம் கதம்பமாகி ஓர் அழகான, சோகமான காதல் அனுபவத்தை ஏற்படுத்திவிடுகின்றன.

ஒரு கவிதைக்குப் பொருள் காண இவ்வளவு சிரமப்பட வேண்டுமா? என்று கேட்கலாம்.

முத்து வேண்டுமென்றால் மூச்சடக்கி மூழ்கிச் சிரமப்பட் டால்தான் கிடைக்கும். சுலபமாகக் கிடைக்க வேண்டு மென்றால் நுரைதான் கிடைக்கும்.

உயர்ந்தது எதுவும் சிரமப்பட்டால்தான் கிடைக்கும்.

காதல் கவிதையென்றால் 'தேனே, மானே' எல்லாம் இல்லையே என்கிறீர்களா? இவையெல்லாம் அசட்டுக் கவிஞர்களின் செத்த வார்த்தைகள். அந்தக் காதலும் அசட்டுக் காதல்தான்.

உண்மையான காதல் கிளறிவிடும் உணர்வுகள் ஆழமான வை; இனம் புரியாதவை. அவற்றை நேரடியான வார்த்தை களில் பிடிக்க முயல்வது நிலா ஒளியை வலை வீசிப் பிடிக்க முயல்வது போன்றது.

விரல்கள் வீணையின் நரம்புகளிலிருந்து இசையை எழுப்புவது போலப் படிமங்களே இந்த உணர்வுகளை எழுப்பிக் காட்ட முடியும்.

இந்த ஒன்பதாம் நூற்றாண்டுக் கவிதை புதுக்கவிதையின் பரிமாணங்களையெல்லாம் பெற்றிருப்பது வியப்பூட்டுகிறது; பழங் காலத்திலேயே சீனக் கவிதை இலக்கியம் அடைந்துவிட்ட முதிர்ச்சியையும் காட்டுகிறது.

∎

தேவதையின் சிறகு

எங்கிருந்தோ சாவு மணி ஒலிக்கிறது.

இறந்துபோனது யார் என்று தெரிந்து கொள்ள நமக்கு ஆவல் ஏற்படுகிறது. விசாரித்து வர ஆள் அனுப்புகிறோம்.

ஆங்கிலக் கவிஞர் ஜான் டண் கூறுகிறார்:

சாவு மணி யாருக்காக அடிக்கிறது என்று அறிய ஆள் அனுப்பாதே. அது உனக்காகத்தான் அடிக்கிறது.

இறந்துபோனது யாரோ? சாவு மணி அவனுக்காக அடிக்கிறது. அந்த மணி எனக்குத்தான் அடிக்கிறது என்று ஏன் நினைக்க வேண்டும் ? நான் சாகவில்லையே?

இப்படித்தான் சராசரி மனிதன் நினைப்பான்.

இங்கேதான் ஒரு கவிஞன் சராசரி மனிதனிடமிருந்து வேறுபடுகிறான்.

ஜான் டண் கூறுகிறார்:

எந்த மனிதனும் தனித்த தீவில்லை.

ஒவ்வொரு மனிதனும் மனித இனம் என்ற கண்டத்தின் ஒரு பகுதி. ஓர் அங்கம்.

கடலால் ஒரு துண்டு நிலம் அழிந்துவிட்டால் கண்டம் குறைந்து போகிறது.

எந்த மனிதனின் மரணமும் உயிரோடு இருப்பவனைக் குறையாக்குகிறது. ஏனெனில் மனிதயினத்தின் ஒரு பகுதியாக அவனும் இருக்கிறான்.

எனவே எங்காவது சாவு மணி ஒலித்தால் அது யாருக்காக ஒலிக்கிறது என்று அறிய ஆள் அனுப்பாதே. அது உனக்காகத்தான் ஒலிக்கிறது என்கிறார்.

எவ்வளவு அற்புதமான பார்வை!.

இந்தப் பார்வை அவருக்கு எப்படிக் கிடைத்தது?

இதற்கு விடை அவருடைய வார்த்தைகளிலேயே இருக்கிறது.

அவர் மனிதயினத்தை ஒரு முழுமையாகக் காண்கிறார். தம்மை அதனுடைய ஓர் அங்கமாக உணர்கிறார்.

இந்த மனித நேயமே அவருக்கு உன்னதமான பார்வையை வழங்கியிருக்கிறது.

அந்தப் பார்வையால் அவர் உண்மையைத் தரிசித்து விடுகிறார்.

சாதாரண மனிதன் தன்னையும் தன்னைச் சார்ந்தவர்களையும் மட்டுமே நேசிக்கிறான்.

ஒரு நல்ல கவிஞன் மனித இனம் முழுவதையுமே நேசிக்கிறான்.

சாதாரண மனிதன் தன் குடும்பம், தன் சாதி, தன் மதம், தன் கட்சி, தன் நாடு என்று பார்வையைச் சுருக்கிக்கொள்கிறான்.

அருகில் இருப்பதை மட்டுமே பார்க்கும் பார்வைக் கோளாறு உடையவன் உண்மையைத் தரிசிக்க முடியாது.

கவிஞனுடைய பார்வை கோளாறு இல்லாதது. அருகில் உள்ளதை மட்டுமல்லாமல் தூரத்தில் இருப்பதையும் அவன் பார்க்கிறான்.

சாதாரண மனிதன் தன்னைச் சாராதவர்களை அன்னியர்களாக நினைக்கிறான். சிலரைப் பகைவர்கள் என்றும் வெறுக்கிறான்.

கவிஞனுடைய இதயமோ முழுப் பிரபஞ்சத்தையும் நேசத்தோடு தழுவிக்கொள்கிறது.

சாதாரண மனிதனுடைய நேசம் கோழியின் சிறகு போன்றது. அது பறக்க உதவாது.

கவிஞனின் நேசமோ நட்சத்திரங்களையும் தொடுகின்ற தேவதையின் சிறகு.

ஜான் டண்ணின் வார்த்தைகளில் கவிஞர்களுக்கான விஷயங்கள் பல இருக்கின்றன.

'ஒன்றே குலம்' என்பது ஓர் உயர்ந்த கருத்து. ஆனால் கவிதை அல்ல.

ஒரு கருத்து, அது எவ்வளவுதான் உயர்ந்ததாக இருந்தாலும் அப்படியே கவிதையாகிவிடாது.

படித்தோ, கேள்விப்பட்டோ ஓர் உயர்ந்த கருத்தைக் கீழானவன் கூடச் சொல்லிவிட முடியும்.

இதற்கு இன்றைய அரசியல்வாதிகளே சாட்சி.

ஒரு கருத்து, உணர்வுகள் கிளர்ச்சி அடையும்படி சொல்லப்படும் போதுதான் கவிதையாகிறது.

ஒருவனுடைய உணர்வனுபவத்தில் மலரும் போதுதான் கருத்துக்கு இந்தச் சக்தி உண்டாகிறது.

பிறருடைய கருத்துக்களைத் தழுக்கடித்து விற்பவன் கவிஞன் அல்லன்.

சொல்லப்படும் கருத்தில் கவிஞனின் முகம் தெரிய வேண்டும். மற்றவர்களின் முகம் தெரியக் கூடாது.

ஜான் டண்ணின் வார்த்தைகளில் அவருடைய முகம் தெரிகிறது. இது எனக்கே சொந்தமானது என்று காட்டும் வகையில் இந்தக் கருத்தில் அவருடைய கையொப்பம் இருக்கிறது.

உயர்ந்த கவிதைகளை எழுதுவது எப்படி என்று சிலர் கேட்கிறார்கள்.

மனிதயினத்தைப் பேதமில்லாமல் நேசியுங்கள். அந்த நேசம் உங்கள் இதயத்தை அழகாக்கிவிடும். பிறகு அதில் மலரும் ஒவ்வொரு சொல்லும் உன்னதமான கவிதையாக இருக்கும்.

யாப்பு என்றால் ஒன்றாகக் கட்டுதல் என்று பொருள்.

வெறும் சொற்களைக் கட்டும் யாப்பிலக்கணத்தைக் கற்றவன் கவிஞனாக முடியாது. மனிதர்களை நேசத் தளையில் கட்டும் யாப்பிலக்கணத்தைக் கற்றவனே கவிஞனாகிறான்.

■

பழைய குளம்

பழைய குளம்
தவளை குதித்தது
நீர் ஒலி

ஹைகூவின் தந்தை பாஷோ எழுதிய மிகப் பிரபலமான ஹைகூ இது.

'குளத்தில் தவளை குதிப்பது சாதாரண நிகழ்ச்சி தானே! இதில் அப்படி என்ன பெரிய விஷயம் இருக்கிறது? இதெல்லாம் ஒரு கவிதையா?' என்று நம்மில் சிலர், ஏன் பலர் கேட்கலாம்.

சந்தை இரைச்சலையே கேட்டுப் பழகியவர்களுக்கு வளையலின் கிணுங்கல் காதிலேயே விழாது. அந்தக் கிணுங்கல் ஊட்டும் லாகிரியில் லயிக்கவும் அவர்களால் முடியாது.

பார்த்துப் பார்த்துப் பழகிவிடுவதனாலேயே எல்லாமே நமக்குச் சாதாரணமாகி விடுகின்றன. உண்மையில் எதுவும் சாதாரணமில்லை. சாதாரணமாகக் காண்பது நம்முடைய பார்வைக் கோளாறு.

பார்க்கத் தெரிந்தவர்கள் மட்டுமே இந்த சாதாரணங்களில் மிகப் பெரிய உண்மையை தரிசிக்கிறார்கள்.

பாஷோ பார்க்கத் தெரிந்தவர்.

நாமும் பார்க்க முயல்வோமே.

ஒரு பழமையான குளம். எங்கும் அமைதி; நிச்சலனம். திடீரென்று ஒரு சலனம்; ஒரு சப்தம். தவளை கரையிலிருந்து குளத்தில் குதிக்கிறது. வட்ட வட்டமாக அலைகள் எழுந்து பரவுகின்றன.

பிறகு, அலைகள் அடங்கிவிடுகின்றன. சப்தம் அடங்கிவிட்டது. சலனம் நின்றுவிட்டது. இவ்வளவும் ஏற்படுத்திய தவளையும் காணவில்லை. குளத்திற்குள் அதுவும் மறைந்து விட்டது. மீண்டும் அமைதி; நிச்சலனம்.

இந்தக் காட்சி - இந்த நிகழ்ச்சி உங்கள் இதயத்தில் எந்த அலையையும் எழுப்பவில்லையென்றால் நீங்கள் இதய மாற்று சிகிச்சை செய்துகொள்ள வேண்டியதுதான்.

கொஞ்சம் சிந்தித்துப் பாருங்கள். இந்தப் பிரபஞ்சத்தில், நம் வாழ்க்கையில் இப்படித்தான் நடந்து கொண்டிருக்கிறது.

இந்தப் பிரபஞ்சத்தில் புதுப் புதுப் படைப்புகள் - உயிர்கள் தோன்றிக் கொண்டும் மறைந்து கொண்டும் இருக்கின்றன.

இந்தப் பிரபஞ்சம் ஒரு பழைய குளம். உயிர்கள் தோன்றி மறைவதெல்லாம் ஒரு தவளை குளத்தில் குதித்து ஏற்படுத்திய கண நேரச் சலனம்தான்; கண நேர சப்தம் தான்.

எவ்வளவு பெரிய படைப்பாக இருந்தாலும் சரி, எவ்வளவு பெரிய சம்பவமாக இருந்தாலும் சரி இந்தப் பிரபஞ்சத்தின்

பிரம்மாண்டத்தின் முன் அது ஒரு தவளையின் சலனம் தான்.

வேண்டும் என்றால் பெரிய சம்பவத்தைப் பெரிய தவளை என்று சொல்லலாம். சப்தம் கொஞ்சம் அதிகமாக இருக்கும். அலைகள் பெரிதாக இருக்கும். எப்படி இருந்தாலும் எல்லாம் அடங்கிப் போகும்.

உலக வரலாற்றில் சிலருடைய ஞாபகம் உங்களுக்கு வரலாம். அவர்கள் இன்று எங்கே?

சில அரசியல்வாதிகள் உங்களுக்கு ஞாபகத்தில் வரலாம். உயிரோடிருந்தபோது, அதுவும் குறிப்பாகப் பதவியில் இருந்தபோது அவர்கள் ஆடிய ஆட்டமென்ன? செய்த ஆரவாரமென்ன? ஆர்ப்பாட்டமென்ன? அவர்கள் எங்கே? அவர்கள் ஆரவாரம் எங்கே? எல்லாமே தவளை ஏற்படுத்திய சலனமும் சப்தமும் போல அடங்கிவிட்டன. அவர்களும் முகவரி தெரியாமல் முழுகிவிட்டார்கள்.

இந்த உண்மை தெரிந்திருந்தால் அவர்கள் அப்படி ஆடியிருப்பார்களா? ஆர்ப்பாட்டம் செய்திருப்பார்களா?

அதுவும் சரிதான். இந்த உண்மை தெரிந்திருந்தால் அவர்கள் ஞானி ஆகி இருப்பார்களே? ஏன் அரசியல்வாதி ஆகிறார்கள்?

தனி மனித வாழ்க்கையை எடுத்துக் கொள்ளுங்கள். ஏதாவது ஒரு சம்பவம் நடக்கிறது. அமைதி குலைகிறது. அலைகள் எழுகின்றன. பிறகு காலப் போக்கில் எல்லாம் அடங்கிவிடுகின்றன.

வாழ்வு என்பது - இருத்தல் (existence) என்பது பழைய குளம். அதில் நிகழ்கிற சம்பவங்கள் எல்லாம் தவளை உண்டாக்கும் சலனம் போல், சப்தம் போல் தற்காலிகமானவை; அற்பமானவை.

இன்னொன்றை நீங்கள் கவனிக்க வேண்டும். தவளை குதிப்பதால் தண்ணீரில் காயம் ஏற்படுவதில்லை. குதித்த இடம் கூடத் தெரிவதில்லை.

இருத்தல் என்பதும் அப்படித்தான். சம்பவங்களால் அது பாதிக்கப்படுவதில்லை. சிறு சலனத்திற்குப் பிறகு அது பழைய நிலையை அடைந்துவிடுகிறது.

இதில் மற்றொரு பெரிய விஷயமும் இருக்கிறது. தவளை குளத்தில் பிறக்கிறது. தரையில் கொஞ்ச நேரம் தாவிக் கொண்டிருக்கிறது. மீண்டும் குளத்துக்கே போய்விடு கிறது.

நாமும் அப்படித்தான். நாம் எல்லோருமே ஒரு குளத்துத் தவளைகள். இந்த பூமி என்ற தரையில் கொஞ்ச நேரம் தாவிக் கொண்டிருக்கிறோம். பிறகு எந்தக் குளத்திலிருந்து வந்தோமோ அந்தக் குளத்துக்கே போய்விடுகிறோம்.

எல்லாமே ஒரு மூலத்திலிருந்து தோன்றி, மீண்டும் அந்த மூலத்திற்கே சென்றுவிடுகின்றன.

கதை இதோடு முடியவில்லை. பாஷோவின் இந்த ஹைகூ வாழ்க்கையின் தத்துவத்தை மட்டும் சொல்லவில்லை. கவிதையின் தத்துவத்தையும் சொல்கிறது.

ஒரு ஹைகூ - அதாவது ஒரு நல்ல கவிதை - எப்படி இருக்க வேண்டும் என்று இந்த ஹைகூ விளக்கிவிடுகிறது.

இந்த இலக்கியமே இலக்கணமாகவும் இருக்கிறது.

கவிதை ஒரு தவளையைப்போல் வாசகனுடைய மனக் குளத்தில் குதித்து சலனத்தையும் சப்தத்தையும் ஏற்படுத்த வேண்டும். உணர்ச்சி அலைகளை, எண்ண அலைகளை ஏற்படுத்த வேண்டும்.

பாஷோ இந்த ஹைகூவில் ஒரு குளத்தில் தவளை குதித்ததையும், அதனால் உண்டான சப்தத்தையும்தான் சொன்னார். இதனால் சகலமானவர்களுக்கும் தெரிவிப்பது என்னவென்றால் என்று தம்பட்டம் அடித்து அதன் தத்துவார்த்தங்களையெல்லாம் விவரிக்கவில்லை. அது தமுக்கடிப்பவனுடைய வேலை. கவிஞனுடைய வேலை இல்லை.

வாழ்வு பற்றிய பேருண்மையை உணர்த்தக் கூடிய ஒரு சரியான காட்சியை, அல்லது சம்பவத்தை எடுத்துச் சொல்வதுமட்டும்தான் கவிஞன் வேலை.

வாசகர்களை முட்டாள்கள் என்று நினைப்பவன்தான் தத்துவார்த்தங்களையும் தானே விளக்கிக் கொண்டிருப்பான்.

மேலும் தத்துவார்த்தங்களைக் கவிஞனே சொல்லும் போது வாசகர் மனத்தில் அது ஆழமான பாதிப்பை ஏற்படுத்தாது. வாசகன் அதைத் தானே உணர்கிறபோது தான் அது அவனுடைய சுய அனுபவமாகி ஆழமான பாதிப்பை ஏற்படுத்தும்.

உணர்வலைகள் உண்டாக்கும் ஒரு சம்பவத்தை மட்டும் சொல்லி நிறுத்திக்கொள்ளும்போது அது குறியீடாகிவிடுகிறது.

குறியீடு பன்முக ஆற்றலுடையது. அது வாசகனுடைய பக்குவத்திற்கேற்றபடி பல அர்த்தங்களைத் தந்து கொண்டே இருக்கும். ஏன், கவிஞனுக்கே தோன்றாத அர்த்தம் கூட வாசகனுக்குத் தோன்றலாம். அதனால் தான் பாஷோ ஒரு சம்பவத்தைச் சொன்னதோடு நிறுத்திக்கொண்டார். அதனால்தான் இந்த ஹைகூ இன்று உலகெங்கும் பிரபலமாகியிருக்கிறது.

'இதில் எல்லாமே சொல்லப்பட்டு விட்டது' என்று பாஷோ கூறியிருக்கிறார். உண்மைதானே!

அலுவலகச் சாளரங்கள்

அக்கினி நட்சத்திரப் பகலில், வியர்வை கசகசக்கும் சென்னை நகரத்து நெரிசலான பேருந்தில் காதல் உணர்வு யாருக்காவது தோன்றுமா? எவ்வளவு அழகான பெண் பக்கத்தில் இருந்தாலும்.

எதற்கும் நேரம், காலம் வேண்டும்.

காதல் அழகான காரியம். அதற்கு அழகான நேரம், காலம் இடம் வேண்டும்.

நகரச் சூழல் பொதுவாகவே காதலுக்கு எதிரானது. அதனால்தான் நகரங்களில் சுத்தமான காதலைப் பார்க்க முடிவதில்லை.

பூர்ணிமை இரவு, கடற்கரை, இல்லையென்றால் கண் மாய்க்கரை, பூந்தோட்டம், சில்லென்ற காற்று - சூழல்

இப்படி இருந்தால் யாருக்கும் காதல் உணர்வு வரும்; பக்கத்தில் பெண் இல்லையென்றாலும் கூட.

பஸ் ஸ்டாப்பில் காதல் வருமா?

பஸ்ஸே வருவதில்லையே, காதல் எப்படி வரும்?

அப்படியே பஸ் வந்தாலும் நிற்காமல் போய் விடுகிறது. நின்றாலும் நாம் ஓடி ஏற முடிவதில்லை.

நாம் ஏமாற்றத்தில் வெறுத்துப் போய் நின்றுவிடுகிறோம்.

நகரக் காதலும் அப்படித்தான் நம்மை ஏமாற்றிவிட்டுப் போய்விடுகிறது.

அலுவலங்களில் அழுக்கேறிக் கிழிந்த கோப்புகளில் உயிரற்ற காகிதங்களோடு சகவாசம் வைத்துக் கொண்டிருப்பவர்களும் காகிதங்களாகவே மாறிப் போகிறார்கள்.

அவர்கள் மீது யார் யாரோ எதை எதையோ எழுதுகிறார்கள்.

எல்லாம் வறட்டு வார்த்தைகள். அவர்களும் ஓர் உணர்ச்சியும் இன்றி அதை மௌனமாக ஏற்றுக் கொள்கிறார்கள்.

இப்படித்தான் அவர்களுடைய அழகான உணர்வுகள் செத்துப் போகின்றன.

வயிற்றுக்காக வாழ ஆரம்பித்து வாழ்க்கையை வறட்சி ஆக்கிக் கொள்கிறார்கள்.

வயிறு மனத்தையும் சாப்பிட்டுவிடுகிறது.

ஏதோ இயந்திரம் போல உலவுகிறார்கள்.

அழகான உணர்வுகளுக்கு இடம் இல்லையென்றால் வாழ்க்கைதான் எதற்கு?

வாழ்வதென்றால் என்ன?

பீட் ப்ரௌன் ஒரு கவிஞர். ஆனால் விதி அவரை ஓர் அலுவலகப் பணியாளராக்கி விட்டது.

'காதலுக்கும் நேரம் இல்லாமல் இது என்ன பிழைப்பு?' என்று அவர் நினைக்கிறார்.

அவர் காதலிக்கு ஒரு கவிதை எழுதினார்.

> என் வானம் முழுதும்
> அலுவலகச் சாளரங்கள்
> உன் வானத்திலோ
> பனி மேகங்கள்
>
> உன் வானத்தில்
> சமாதான விமானங்களை
> நான் வரைகிறேன்
> நீ என் வானத்தில்
> திரைகளை வரைந்தால்...

அவருடைய வானம் அழகாயில்லை. அதில் மேகங்கள் இல்லை. சூரியனோ சந்திரனோ இல்லை. கண்சிமிட்டும் நட்சத்திரங்கள் இல்லை.

மொத்தத்தில் அது வானமாக இல்லை.

அந்த வானம் முழுதும் அலுவலகச் சாளரங்களால் நிரம்பி யிருக்கிறது.

வானம் தன் இயற்கை அழகை இழந்துவிட்டது.

ஆனால் அவருடைய காதலியின் வானத்திலோ அழகான பனி மேகங்கள்.

அதாவது அவள் காதல் உணர்வுகளால் நிரம்பி இருக் கிறாள்.

அவருக்கோ அவருடைய அலுவல் சுமையால் காதல் உணர்வுக்கே அவகாசம் இல்லாமல் போய்விட்டது.

இந்தத் தொல்லை பிடித்த அலுவல்கள் இல்லையென் றால் காதலியோடு ஆனந்தமாக இருக்கலாம்.

அவர் காதலியிடம் என் வானத்தில் திரைகளை வரை என்கிறார்.

அதாவது அவருடைய வானத்தையே கெடுத்துக் கொண்டிருக்கிற அலுவலகச் சாளரங்களை மறைத்துவிடு என்கிறார்.

காதலும் வானத்தைப் போலத்தான். அங்கே அலுவலகச் சாளரங்களுக்கு இடமில்லை.

அவர் கவிஞர். எனவே அலுவல்களால் அவர் உணர்ச்சிகளைச் சாகடிக்க முடியவில்லை.

காதலுக்காக அலுவல்களை ஒதுக்கி வைக்க அவர் தயார்.

காதலி அவருடைய வானத்தில் திரைகளை வரைந்தால் அவளுடைய வானத்தில் சமாதான விமானங்களை வரைவதாக வாக்களிக்கிறார்.

அவளுடைய வானம் பனி மேகங்களால் அழகாக இருந்தாலும், அங்கே போர் விமானங்கள் வர வாய்ப்புண்டு.

நவீன யுகச் சூழல் அப்படி இருக்கிறது.

போர்ச் சூழலில் காதலும் செத்துப் போகும்.

காதல் பூ மலர அமைதி வேண்டும்.

அலுவல்களிலிருந்து விடுபட்டுக் காதலியோடு எங்காவது உல்லாசப் பயணம் செல்ல வேண்டும் என்று கவிஞருக்கு ஆசை.

சமாதான விமானங்களை வரைகிறேன் என்பதில் அந்த ஆசை வெளிப்படுகிறது.

நவீன நாகரிக உலகத்தில் நிம்மதியாகக் காதலிக்கக்கூட முடியவில்லையே!

∎

இத்தினியூண்டு அற்புதம்

> இத்தினியூண்டே
> இருக்கிறேன் நான்
> இத்தினியூண்டே
> நான் சொல்ல வந்ததும்
> அதற்கு
> இத்தினியூண்டே
> வேண்டும் வார்த்தையும்

என்கிறார் மலையாளக் கவிஞர் குஞ்ஞுண்ணி. ஆம் பெயரிலும் கூட அவர் இத்தினியூண்டுதான்.

ஆனால் இத்தினியூண்டு என்பது உண்மையில் இத்தினி யூண்டு அல்ல. பூமியையும் வானத்தையும் தன் ஈரடியால் அளந்த வாமனன் இத்தினியூண்டுதான்.

அணு இத்தினியூண்டுதான். ஆனால் அந்த இத்தினியூண் டால்தான் இந்த பிரமாண்டமான பிரபஞ்சமே உருவாகி யிருக்கிறது.

இறைவனின் பார்வையில் இந்தப் பிரபஞ்சமே இத்தினி யூண்டுதானே. கவிஞனின் பார்வையிலும் அப்படித்தான்.

காணத் தெரியாதவனுக்குப் பிரபஞ்சமும் சாதாரணமே. காணத் தெரிந்தவனுக்கோ புழுவும் அற்புதமே.

ஞானி துரும்பிலும் இறைவனைக் காண்கிறான். கவிஞன் துரும்பையும் அற்புதம் என்று வியக்கிறான்.

குஞ்ஞுண்ணிக்கு எல்லாமே அற்புதமாகத் தெரிகின்றன.

நதியாய் ஓடும் நதியும்
புழுவாய் இழையும் புழுவும்
நானாய் அலையும் நானும்
அற்புதம் அன்றோ உலகம்!

சிந்தித்துப் பார்த்தால் ஒவ்வொன்றிலும் அதிசயத்தைப் பார்க்கலாம். இதோ குஞ்ஞுண்ணி பார்க்கிறார்:

பின்னால் மடங்கும்
கால் கொண்டல்லவா
முன்னால் பாய்கின்றனர்
இம் மனிதர்கள்!

யாராவது இப்படிப் பார்த்திருக்கிறோமா?

ஓ! இந்தப் பார்வை மட்டும் வாய்த்துவிட்டால் உலகம் எவ்வளவு சுவாரஸ்யமாக இருக்கும்!

குஞ்ஞுண்ணியின் இந்தப் பார்வை அற்புதமான தரிசனங் களைக் காண்கிறது.

உண்மையில் மனிதன் என்பவன் 'நான்' என்ற உணர்வு தான். இந்த உணர்வு இல்லையென்றால் மனிதன் இல்லை. அவனால் உணரப்படும் பிரபஞ்சமும் இல்லை. 'நான்'

என்ற உணர்வு மறைந்து போகும் தூக்கத்தில் நாமும் பிரபஞ்சமும் மறைந்து போகின்றன அல்லவா? குஞ்ஞுண்ணி கூறுகிறார்:

> நான் இப்படி இல்லையென்றால்
> இந்த பிரமாண்டமும்
> இப்படி இல்லாது போகும்
> ஐயோ, நானே!

உண்மையில் இந்தப் பிரபஞ்சம் அதில் உள்ள பொருட்கள் எல்லாமே 'நான்' என்ற கண் பார்க்கும் காட்சிகளே! அதாவது 'நா'னுக்குள் எல்லாமும் அடக்கம்.

> என்னை நான்
> எங்கும் போகச் சொல்ல
> வேண்டியதில்லை
> என்னிடம் உண்டு
> எதுவும்
> எல்லோரும்
> எல்லா இடமும்

இன்னொரு வகையில் சொல்வதாக இருந்தால் எல்லாமே 'நான் தான்.

> நான் எனும் பூவில்
> நான் எனும் தேன் தேடி அலையும்
> நான் எனும் வண்டைக்
> கையசைத்து அழைக்கும்
> விளக்காய் எரிகிறேன்
> நான்

ஆனால் 'நான்' என்பது நமக்குச் சொந்தமானது தானா? உண்மையில் இந்த 'நான்' என்பது யார்? உபநிடத ஞானிகளை அலைக்கழித்த கேள்விதான். குஞ்ஞுண்ணியையும் அலைக்கழிக்கிறது. அவர் கூறுகிறார்:

> நான்
> ஒரு வாடகை வீடு

எவ்வளவு அற்புதமான உண்மை! ஆனால் உடன் ஒரு கேள்வியும் எழுகிறதே.

> யாருடைய யார்
> இதில் வசிப்பது?

எவ்வளவு அற்புதமான கேள்வி!

அற்பத்தில் அற்புதத்தைப் பார்க்கும் குஞ்ஞுண்ணி அற்பங்களைப் பார்த்துச் சிரிக்கவும் செய்கிறார்.

நம்மவர்கள் எத்தகைய சோம்பேறிகள் என்பதைச் சொல்லும் கவிதை இது.

> ஒரு தீக்குச்சி கொடு
> தீப் பெட்டி கொடு
> ஒரு பீடி கொடு
> விரல் கொடு
> உதடு கொடு
> நான் ஒரு பீடியை
> இழுத்து ரசிக்கிறேன்

வறுமை மிகுந்த நாடு நம் நாடு. இந் நாட்டில் நியாயமாக எப்போதோ புரட்சி ஏற்பட்டிருக்க வேண்டும். ஏற்படவில்லையே ஏன்? குஞ்ஞுண்ணி காரணத்தைச் சொல்லுகிறார்.

> இத்தினியூண்டு
> நக்கக் கிடைத்தால் போதும்
> அப்போதே முடிந்துவிடும்
> இந்தியனின் புரட்சி

கேரளத்தில் கம்யூனிசம் படும் பாட்டைக் குஞ்ஞுண்ணி நகையாடும் விதம் சுவையானது.

> கேரளத்தில்
> மார்க்ஸ் இறக்கமாட்டார்
> மார்க்சிஸம்
> பிறக்கவும் மாட்டாது

குஞ்ஞுண்ணியின் ஒரு கவிதை கவிதையின் மகத்துவத்தை உணர்த்துகிறது:

> அகத்தில் உள்ளது
> புறத்தில் ஆகும்
> புறத்தில் உள்ளது
> அகத்தில் ஆகும்
> அகத்தும் புறத்தும் இல்லாதது
> கவிதையில் ஆகும்

என்கிறார் குஞ்ஞுண்ணி. அவர் கவிதைகளே அதற்கு சாட்சி.

■

கடைசி வார்த்தை

காதலன் அருகில் அமர்ந்திருக்கும் காதலி, முகம் திருப்பிக் கொண்டிருக்கிறாள். ஏதோ கோபம்.

காதல் மதுவை அருந்த வேண்டிய சொர்க்க நேரத்தில் வாயும் கோப்பையும் ஊடல் கொண்டிருந்தால் எப்படி?

காதலன் கேட்கிறான்:

> நாம் வாயை மூடிக்கொண்டு
> சும்மா இருந்தால்
> அமர கீதத்தைப்
> பாடுவது யார்

காதல் ஒரு பாடல். வாழ்க்கை இந்தப் பாடலை அரங் கேற்றும் சபையாகவே படைக்கப்பட்டிருக்கிறது.

ஆணும் பெண்ணும் இந்தப் பாடலை இசைப்பதற்காகவே படைக்கப்பட்டிருக்கிறார்கள்.

அவர்கள் இந்தப் பாடலைப் பாடும் இரு உதடுகள்.

காதல் ஓர் அமர கீதம். அதற்கு மரணம் இல்லை.

காதலர்கள் இறக்கலாம். காதல் இறப்பதில்லை.

பாடுபவர்கள் மறையலாம். பாடல் மறைவதில்லை.

பாடுபவர்கள் மாறலாம். பாடல் மாறுவதில்லை. ஆதிக் காதலர்கள் ஆதாம் ஏவாள் தொடங்கி வைத்த இந்தப் பாடலை மனித இனம் காலந்தோறும் இடைவிடாமல் பாடிக்கொண்டே இருக்கிறது.

மனித இனம் என்ன? படைக்கப்பட்டவை அனைத்தும் இந்தப் பாடலைப் பாடிக்கொண்டே இருக்கின்றன.

படைப்புக்கள் என்ன? படைத்தவனே இந்தப் பாடலைப் பாடிக்கொண்டிருக்கிறான்.

இந்தப் பாடலில்தான் படைப்புக்கள் பிறந்தன. இந்தப் பாடலால்தான் பிரபஞ்சம் இயங்கிக்கொண்டிருக்கின்றது. இந்தப் பாடல்தான் உலகத்திற்கு சுவாசமாக இருக்கிறது.

இந்தப் பாடல் நின்று போனால் பிரபஞ்சம் அழிந்து போகும்.

எனவே காதலன் சொல்லுகிறான்: காதலி! வா. இந்தப் பாடலை பாடுவதற்காகவே நாம் படைக்கப்பட்டிருக் கிறோம். இதைப் பாடுவது நம் கடமை. இதை நாம் பாடாமல் இருக்கக்கூடாது. அது குற்றம், பாபம். நமக்காக இல்லையென்றாலும் இந்த உலகத்தின் நிலை பேற்றுக்காக நாம் இதைப் பாடித்தான் ஆக வேண்டும்.

அவன் மேலும் சொல்லுகிறான்:

> என் கைகள் உன்னைத் தொடாவிட்டால்
> இந்தக் குருட்டு உலகத்துக்குக்
> குரலும் பார்வையும்
> யார் தருவார்கள்?

காதலியைத் தழுவுவதற்கு எவ்வளவு அழகான தர்க்கம்!

உண்மைதானே; பொய்யில்லையே.

ஊமை உலகத்துக்குக் காதல் தான் மொழியாக இருக்கிறது.

அது வறட்டு சப்தங்களால் ஆன மொழி அல்ல; மௌனத்தால் ஆன மொழி.

அது உதடுகள் பேசும் மொழி அல்ல; ஆன்மா பேசும் மொழி.

அது குறிப்பிட்ட இனத்தவர்க்கு மட்டுமே புரியும் மொழி அல்ல; எல்லோரும் புரிந்து கொள்ளும் சர்வதேச மொழி.

அந்த மொழி பேசாமல் வேறு எந்த மொழி பேசினாலும் உலகம் ஊமைதான்.

காதல் குரலாக மட்டுமல்ல, பார்வையாகவும் இருக்கிறது.

காதல் உலகின் கண்ணாக இருக்கிறது. அது முகக் கண்களைப் போல் வெறும் புறத்தைப் பார்ப்பதில்லை. அகத்தைப் பார்க்கிறது.

காதலே திரைகளை விலக்கி உண்மையின் அழகை தரிசிக்கிறது.

காதலே காணமுடியாத கடவுளையும் கண்டு விடுகிறது.

அதன் பார்வைக்கு எந்த ரகசியமும் தப்புவதில்லை.

இந்த உலகத்துக்குக் குரலும் பார்வையும் தர வேண்டும் என்றால் நான் உன்னைத் தொட்டுத் தழுவிக் காதலித்தாக வேண்டும். வேறு வழிஇல்லை என்கிறான் காதலன்.

அவன் மேலும் சொல்கிறான்.

நீயே என் காலம்
என் நாட்கள், என் வருஷங்கள்
மணிக் கண்ணாடி வட்டிலில்

சொரியும்
மணலின் பொன்னோடை

பெண்ணே ஆணிண் பருவ காலங்களாக இருக்கிறாள்.

அவளே அவனிடம் பூக்களை மலர்த்தும் மதுமாசமாக இருக்கிறாள்.

அவன் இலைகளை உதிர்ப்பவளும் அவளே.

அவளே அவன் பூமிக்கு மழையாக இருக்கிறாள்.

அவனை எரித்துப் பொசுக்கும் அக்கினி நட்சத்திரமாக இருப்பவளும் அவளே.

அவளே அவனுக்கு இரவாகவும் பகலாகவும் இருக்கிறாள்.

அவனுக்கான மெழுகுத்திரிகளைக் கொளுத்துபவளும் அவளே. அவற்றை ஊதி அணைப்பவளும் அவளே.

அவளே அவனுக்கு இளமையை உண்டாக்குகிறாள். அவளே அவனுக்கு முதுமையையும் தருகிறா'ள்.

ஆணின் ஆயுள் பெண்ணால் நிர்ணயிக்கப்படுகிறது.

அவளே அவன் கடிகாரமாக இருக்கிறாள். அவளே அவனை எழுப்புகிறாள். காரியங்களைச் செய்ய ஏவுகிறாள்.

காதலன் மேலும் சொல்லுகிறான்:

நீ, வேதனை இருட்டு;
பதைபதைப்பானபுறத்தல்;
இன்மையின் மீது வீசும்
ஒளிர் சிவப்புச் சூறாவளி

பெண் இருட்டாக இருக்கிறாள். அதனால் தான அவளை முழுமையாகப் பார்க்க முடிவதில்லை.

அதனால்தான் அவளைப் புரிந்து கொள்ள முடிவதில்லை.

அவள் ஆணைச் சுற்றி இருளாகக் கவிந்திருக்கிறாள். அதனால் அவன் பாதை தெரியாமல் தடுமாறுகிறான்.

இருட்டில் எந்த ஆபத்து ஒளிந்திருக்கிறதோ என்று பயப் படுவது போலவே அவளும் பயத்தை உண்டாக்குகிற வளாக இருக்கிறாள்.

இருட்டைப் போலவே அவளும் அவனுக்கு வேதனையாக இருக்கிறாள்.

அவள் அவனுடைய பறத்தலாக இருக்கிறாள். அவளால் அவன் பறக்கிறான்: அவளுக்காகப் பறக்கிறான். அவன் சிறகடிப்பில் பதைபதைப்பும், துடிதுடிப்பும் இருக்கிறது.

அவள் அவனுடைய சுயத்தை அழிப்பவளாக இருக்கிறாள்.

அவன் சுயம் அழிந்த இன்மையின் மீது சுழன்றடிக்கும் சூறாவளியாக அவள் இருக்கிறாள்.

காதலன் மேலும் சொல்கிறான்:

ஆ, காதலே! காதலே!
கடைசி வார்த்தையே!
ரத்தத்தின், குரலின்
அலைஎழுச்சியே!
நீ நேர்ந்தாயோ?

காதல் பேசத் தொடங்கினால் எல்லா வாய்களும் மூடிக் கொள்கின்றன. அதன் வாதத்திற்கு முன் எந்த வாதமும் எடுபடுவதில்லை.

அதன் தீர்ப்புக்குப் பின் மேல் முறையீடு இல்லை. எல்லா வழக்கிற்கும் அது கடைசித் தீர்ப்பாக இருக்கிறது.

காதல் ரத்தத்தின் அலைஎழுச்சியாக இருக்கிறது. அதனால் உணர்ச்சிகளின் சமுத்திரம் கொந்தளித்து எழுகிறது.

அது குரலின் எழுச்சியாக, அதன் வலிமையாக இருக்கிறது.

காதலன் இதை உணர்கிறான். அவன் ரத்தமும், குரலும் கொந்தளித்து அலை வீசுகின்றன. ஆம், காதல் அவனுக்கு நேர்ந்திருக்கிறது.

இந்த அற்புதமாள கவிதையை எழுதியவர் அல்ஃபோன்ஸாஸ் மால்டோனிஸ். இவர் லிதுவேனியாவின் புதுக் கவிஞர். லிதுவேனிய இலக்கியப் பதிப்பகத்தின் ஆசிரியராகவும், லிதுவேனிய எழுத்தாளர் ஒன்றியத்தின் தலைவராகவும் இருந்தவர்.

மால்டோனிஸ் கிராமத்து விவசாயக் குடும்பத்தில் பிறந்து நகரத்தில் உயர்ந்த பல்கலைக் கழகப் பட்டம் பெற்றவர். எனவே இவர் கவிதைகளில் மரபான கிராமத்து உணர்ச்சிகள் நகர நாகரிக உடையணிந்து உலா வருகின்றன.

ரோஜா என்றால் ரோஜாதான்

ஒரே ஒரு வாக்கியத்தால் உலகப் புகழ் அடைய முடியுமா?

முடியும் என்று காட்டியவர் ஜெர்ட்ரூட் ஸ்டீன்.

அவர் சொன்ன வாக்கியம்:

ஒரு ரோஜா என்பது
ஒரு ரோஜா என்பது
ஒரு ரோஜா
(A rose is a rose is a rose)

அவர் கவிதையில் வரும் ஒரு வரி இது. இந்த ஒரு வரி உலகப் புகழ் அடைந்து விட்டது. இந்த வரியே ஜெர்ட்ரூட் ஸ்டீனை உலகுக்கு அறிமுகம் செய்து வைத்தது.

இந்த வரியில் அப்படி என்ன இருக்கிறது? இதற்கு என்ன அர்த்தம்? ஒரு வகையில் பார்த்தால் அபத்தமாக அல்லவா இருக்கிறது?

கவிஞர் என்றால் எல்லாக் கவிஞர்களும் செய்வது போல ரோஜாவை வர்ணித்திருக்க வேண்டும்.

'வெட்கத்தால் சிவந்த மலர்' என்று சொல்லியிருக்கலாம்.

அல்லது 'வெற்றிலை போட்ட பூ' என்று சொல்லியிருக்கலாம்.

அல்லது 'முத்தத்தால் கனிந்த உதடு' என்று சொல்லியிருக்கலாம்.

அல்லது 'குருதியில் குளித்த புஷ்பம்' என்று சொல்லியிருக்கலாம்.

அதை விட்டு விட்டு, 'ஒரு ரோஜா என்பது ஒரு ரோஜா என்பது ஒரு ரோஜா என்றால் என்ன அர்த்தம்?'

இதன் மூலம் கவிஞர் என்ன சொல்ல நினைக்கிறார்?

நமக்கும் இப்படிக் கேட்கத் தோன்றலாம்.

"ஏன் இப்படிச் சொன்னீர்கள்? ஒரு ரோஜா என்பது ஒரு ரோஜா என்று நமக்குத் தெரியாதா? இது வெறும் உளறலாக இருக்கிறதே? இது நமக்குப் புதிதாக எதையும் சொல்லவில்லையே?" என்று ஒருவர் அவரிடமே கேட்டு விட்டார்.

ஸ்டீன் சொன்ன பதில்:

கவிஞர்கள் யுகம் யுகமாக ரோஜாவைப் பாடிக்கொண்டு வருகிறார்கள்.

படிக்கிறவர்களும் யுகம் யுகமாக ரோஜாவைப் பற்றிப் படித்துக்கொண்டு வருகிறார்கள்.

பல்லாயிரம் தடவை ரோஜாவைப் பற்றிக் கேட்டுக் கேட்டுப் புளித்துப் போய் விட்டது.

பல தடவை கேட்டுவிட்டதால் ரோஜா என்ற சொல் எழுப்ப வேண்டிய உணர்வை எழுப்புவதில்லை. எல்லோருக்கும் உணர்வு மழுங்கிப் போய் விட்டது.

ரோஜா என்பது அர்த்தமிழந்த வெற்றுச் சொல் ஆகி விட்டது.

அதாவது ரோஜா என்பது தன் ரோஜாத் தன்மையை இழந்துவிட்டது.

அதனால்தான் நான் 'ஒரு ரோஜா என்பது ஒரு ரோஜா என்பது ஒரு ரோஜா' என்று சொன்னேன்.

இதனால் படிப்பவர்கள் அதிர்ச்சி அடைவார்கள். அவர்கள் தூக்கம் கலையும். ரோஜாவைச் சிந்திக்க ஆரம்பிப்பார்கள். இப்படி அவர்கள் கவனம் முழுதும் மீண்டும் ரோஜாவின் பக்கம் திரும்பும். இதனால் மரத்துப் போன உணர்வுகள் மீண்டும் உயிர் பெற்று எழும். ரோஜாவின் அழகை, நறுமணத்தை அவர்கள் உணரத் தொடங்கி விடுவார்கள்.

இதற்காகத்தான் நான் அப்படிச் சொன்னேன். இப்படிச் சொன்னதன் மூலம் ரோஜாவுக்கு அதன் ரோஜாத் தன்மையை மீட்டுக் கொடுத்திருக்கிறேன்.

இதுதான் அவர் சொன்ன பதில். ஆனால் இதில் இன்னும் கூட விஷயம் இருக்கிறது.

ரோஜாவை என்னதான் வர்ணித்தாலும் அது உண்மையான ரோஜாவைக் காட்டிவிட முடியுமா?

வர்ணனையே பொருளாகிவிடுமா?

வர்ணனை கவிஞனின் திறமையைக் காட்டலாம். பொருளை உள்ளபடி காட்டுமா?

வார்த்தைகளில் ரோஜாவின் வாசனை வருமா?

கண்டாலே இதயத்தைக் குளிரச் செய்யும் அதன் வடி வழகை, தொட்டாலே உதிர்ந்து விடும் அதன் மென்

மையை மெத்தென்ற ஸ்பரிச சுகத்தை வார்த்தைகள் தர முடியுமா?

மேலும் வார்த்தை என்றாலே சப்தம். பூ என்பதோ மௌனம்.

மௌனத்தைச் சப்தம் எப்படி வர்ணிக்க முடியும்?

ரோஜா என்பது என்ன என்று தெரிந்து கொள்ள விரும்பினால் அதற்கு ஒரே வழி ரோஜாவை நேராகவே போய்ப் பார்ப்பதுதான்.

அனுபவம் தருவதை வார்த்தை தர முடியாது.

அதாவது ரோஜா என்றால் ரோஜாதான்.

அதனால்தான் ஸ்டீன் அப்படிச் சொன்னார்.

இதில் புதுக்கவிதையின் பல அம்சங்கள் இருக்கின்றன.

அதிர்ச்சியூட்டுவது, அதன் மூலம் கவனத்தைப் பொருளின் மீது திருப்புவது, ஒவ்வொரு பொருளுக்கும் இழந்து போன அதன் தன்மையை மீட்டுத் தருவது, வார்த்தை கடந்த அனுபவத்துக்கு வழி காட்டுவது என்ற அம்சங்கள் அனைத்தும் இந்த ஒற்றை வரியில் இருக்கின்றன.

கவிஞர்கள் எல்லோரும் ரோஜாவை வார்த்தைகளால் வரைய முயன்று தோற்றுப் போனார்கள்.

ஜெர்ட்ரூட் ஸ்டீனோ தம் வார்த்தையைச் சுட்டு விரலாக்கி ரோஜாவை நோக்கி நீட்டியதன் மூலம் உண்மையான ரோஜாவைப் பார்க்க வைத்துவிட்டார்.

மீண்டும் வார்த்தைகளுக்கே வெற்றி. எந்த வார்த்தைகள் தோற்றுப் போயினவோ அதே வார்த்தைகளுக்கு!

ஸ்டீனை வியக்காமல் இருக்க முடியவில்லை.

■

அறைக்குள் அறை

வட நாட்டில் திரைப்படப் பாடல் ஒலிநாடாக்களை விட அதிகமாக விற்பனை ஆகின்றவை 'கஸல்' ஒலி நாடாக்கள்.

காரணம், இனிய இசை; இதயத்தை வருடும் இதமான கவிதை.

இருபது ஆண்டுகளுக்கு முன்பு கூட 'கஸல்' பாடகர்கள் என்று ஐந்தாறு பேர்கள்தாம் இருந்தனர். இப்போது இதற்குச் சந்தை உண்டாகிவிடவே இருபது முப்பது பாடகர்கள் தோன்றிவிட்டனர்.

இவர்கள் வெளிநாட்டு நிகழ்ச்சிகளுக்கும் அடிக்கடி அழைக்கப்பட்டுச் சென்று வருகின்றனர்.

உலக இலக்கியங்கள் நவீனத்துவத்தின் வருகையால் மாற்றம் அடைந்தது போலவே மரபு வடிவமான 'கஸ'லும் மாற்றம் அடைந்திருக்கிறது.

காதலின் சோகத்தையே பாடிக்கொண்டிருந்த 'கஸ'ல்கள் இப்போது புதிய பொருள்களையும் பாடத் தொடங்கி விட்டன.

'கஸ'லுக்கு ஏற்பட்டிருக்கும் மவுசுக்கு இதுவும் ஒரு காரணம்.

'கஸல்' பாடகர் பங்கஜ் உதாஸ் பாடல்களில் மிகப் பிரபல மான பாடல்களில் ஒன்று 'மேரே கம்ரேமே' (என் அறையில்) என்ற பாடல்.

இந்த 'கஸ'லை எழுதியிருக்கும் இக்காலக் கவிஞர் ஜபர் (Zafar) இதைப் புதுமையான முறையில் எழுதியிருக் கிறார்.

'கஸ'லின் ஒவ்வொரு கண்ணியும் 'மேரே கம்ரேமே' என்று முடிகிறது. அதை அவர் தொடுத்திருக்கும் விதம் அழகாக இருக்கிறது.

முதல் கண்ணி:

பகலில் கூட
இருள் அதிகமாக இருக்கிறது
என் அறையில்

நிழல் கூட
வருவதற்கு பயப்படுகிறது
என் அறையில்

அறை என்பதை இங்கே கவிஞருடைய வீட்டின் அறை என்று யதார்த்தமாகவும் அர்த்தப்படுத்திக் கொள்ளலாம்.

ஏதோ ஒரு நகரத்தில், நெரிசலான குடியிருப்புப் பகுதியில், பகலில் கூட வெளிச்சம் இல்லாத புறாக் கூண்டு அறை யில் கவிஞர் வசிக்கிறார் என்று அர்த்தம்.

அதாவது அவர் ஏழை என்று அர்த்தம். தரித்திரம் கவிஞர் களுக்கான அருகதைகளில் ஒன்று. அப்படி இல்லா விட்டாலும் இருப்பது போலப் பாடுவது கவிமரபு.

பணக்காரக் கவிஞன் என்றால் கவிஞனுக்கும் மதிப்பில்லை. அவன் கவிதைக்கும் ஈர்ப்பு இருக்காது.

கவிதை உலகம் விசித்திரமானது. அங்கே வறுமைதான் செல்வம்.

இந்த உலகத்தில் ஏதாவது ஒரு பொருளைத் தான் தேட முடியும். பொருள் தேடுகிறவனுக்குக் கவிதைப் பொருள் தேட நேரமிருக்காது. கவிதைப் பொருள் தேடுகிறவனுக்குப் பொருள் தேடுவது அருவருப்பாக இருக்கும்.

அறை என்பது இங்கே மனம் என்றும் அர்த்தப்படும். அது இருண்டிருக்கிறது என்றால் கவிஞர் சோகமாக இருக்கிறார் என்று அர்த்தம். சோகமும் கவிதைக்குரிய அழகுகளில் ஒன்று.

அறையை மனம் என்று எடுத்துக் கொண்டால் நிழல் என்பது மர்மமான, ஆழமான அர்த்தங்களைத் தரும் குறியீடாகி விடுகிறது. இதை எப்படியும் அர்த்தப்படுத்தலாம்.

அடுத்த கண்ணி:

> சோகம்
>   களைத்துப்போன பயணி,
>   போய்விடுவான்
>
> சில நாட்கள்
>   ஓய்வுக்காகத் தங்கியிருக்கிறான்
>   என் அறையில்

சோகத்தைப் பயணியாகவும், மனித மனங்களைச் சத்திரமாகவும் நினைத்துப் பார்க்கும்போது உருவகத்தின் அழகும் ஆழமும் மயக்குகிறது.

அடுத்த கண்ணி:

> பகலெல்லாம்
>   அங்குமிங்கும் அலைகிறது
>   உன் நினைவு

ஆனால்
இரவில் இருப்பதோ
என் அறையில்

பகல் வயிற்றின் நேரம். இரவு இதயத்தின் நேரம்.

வயிற்றுப் பிழைப்புக்காகப் பகலெல்லாம் மனிதன் இங்கு மங்கும் அலைகிறான்.

இரவில்தான் அவன் வீடு திரும்புகிறான். அப்போதுதான் அவனுக்கு ஆறுதல் கிடைக்கிறது.

பகல் அறிவின் நேரம். இரவு உணர்ச்சியின் நேரம். அதனால்தான் காதல் மாலையில் அரும்பி இரவில் மலர்கிறது.

பகலில் பல்வேறு நினைவுகள். இரவில் காதல் நினைவு. பகலெல்லாம் எங்கெங்கோ அலையும் காதல் நினைவு இரவில் தன் வீடான இதயத்திற்குத் திரும்புகிறது.

கடைசிக் கண்ணி:

திருடன்
எங்கே ஒளிந்திருக்கிறான்
எண்ணிப் பார்க்கிறேன்
இன்னும் ஓர்
அறையிருக்கிறதோ
என் அறையில்?

மனம் என்ற அறைக்குள்ளேயே இன்னுமோர் அந்தரங்க அறை இருக்கிறது; அடிமனம்.

மனிதனின் கள்ளத்தனங்கள் எல்லாம் அங்கேதான் போய் ஒளிந்துகொள்கின்றன.

கடைசிக் கண்ணி அருமையாக இருக்கிறதல்லவா?

பழைய 'கஸ'ல்களில் இந்தப் பரிமாணம் இல்லை.

நவீனத்துவம் தந்த பரிசு இது.

வள்ளி சிரிக்கிறாள்

தமிழ் நாட்டில் முருகன் வள்ளி கதையைத் தெரியாதவர்கள் இருக்க முடியாது. இந்தக் கதையின் பிராபல்யத்திற்குச் சமய உணர்வும் ஒரு காரணம் என்றாலும் அது மட்டுமே காரணம் அல்ல.

முருகன் வள்ளி கதை ஓர் அழகான காதல் கதை. தமிழரின் அகப் பொருள் பண்பாட்டை இந்தக் கதை பிரதிபலிக்கிறது. இந்தக் கதையின் பிராபல்யத்திற்கு இதுதான் முக்கியமான காரணம். இதனால்தான் இது சமய எல்லை தாண்டி இலக்கியமாக ஆகியிருக்கிறது.

இந்தக் கதையில் சமூகத்திற்கான ஒரு முக்கியமான செய்தி இருக்கிறது. இந்தக் கதையின் பக்தி ரசத்திலும் காதல் ரசத்திலும் மூழ்கித் திளைப்பவர்களில் பெரும்பாலோர் இந்தச் செய்தியைக் கோட்டை விட்டுவிடுகிறார்கள்.

முருகன் தமிழர்களின் தனிப் பெருந் தெய்வம். வள்ளி தாழ்ந்த குலம் என்று கருதப்படும் குறவர் குலத்தைச் சார்ந் தவள். அப்படி இருந்தும் முருகன் வள்ளியைக் காதலித் தான், கரம் பிடித்தான் என்பதுதான் கதை.

வழிபாடு என்றால் வழிப்படுதல் என்று அர்த்தம் அதாவது ஒருவர் காட்டிய வழியில் நடப்பது. “பக்தர்களே! என்னை வழிபடுவதாகச் சொல்கிறீர்கள். இழிந்த சாதி, தொட்டால் தீட்டு என்பதெல்லாம் மடமை என்பதை நான் வள்ளியை மணம் புரிந்து கொண்டதன் மூலம் செயலாலேயே உணர்த்தியிருக்கிறேன். என்னை வழிபடும் நீங்கள் என் வழியில் நடக்கிறீர்களா?” என்ற முருகனின் குரல் இந்தக் கதையில் ஒலிக்கிறது. இதுதான் இந்தக் கதையின் முக்கிய மான செய்தி. இதனால்தான் சாதி பேத உணர்வைச் சாட நினைப்பவர்கள் முருகன் வள்ளி கதையை மேற்கோளாகக் காட்டுகிறார்கள்.

பழங் காலத்தில் திருத்தக்க தேவர் இதைச் செய்திருக் கிறார். அவர் எழுதிய சீவக சிந்தாமணி என்ற காப்பியத்தில் ஓர் இடம்:

நந்தகோபன் என்பவன் ஆயர் குலத் தலைவன். அவனு டைய ஆநிரையை வேடர்கள் கவர்ந்து சென்றுவிடுகின் றனர். அதை மீட்கச் சென்ற அரசுப் படையும் தோற்றுப் பின் வாங்கி விடுகிறது.

ஆநிரைகளை மீட்டு வருவோர்க்குத் தன் மகளாகிய கோவிந்தையையே மணமுடித்துத் தருவதாக நந்தகோபன் அறிவிக்கிறான். காப்பியத் தலைவன் சீவகன் வேடர் களோடு போரிட்டு ஆநிரைகளை மீட்டு வருகிறான். வாக் களித்தபடியே நந்தகோபன் தன் மகளை ஏற்றுக்கொள் ளும்படி சீவகனை வேண்டுகிறான்.

சீவகன் அரச குலத்தில் பிறந்து வணிகர் குலத்தில் வளர்ந்தவன். அவன் இடைச் சாதிப் பெண்ணாகிய தன் மகளை மணம் புரிந்துகொள்வானா என்ற சந்தேகம் நந்தகோபனுக்கு இருந்தது. எனவே சீவகனை இணங்கச்

செய்வதற்காக நந்தகோபன் முருகன் வள்ளி கதையையே மேற்கோளாகக் காட்டுகிறான். அவன் சீவகனிடம், "ஆண்மையில் சிறந்தவனே! என் மகள் தாழ்ந்த குலத் தைச் சார்ந்தவளாயிற்றே என்று நினைக்காதே. வள்ளி யிடம் முருகன் இன்பம் துய்க்கவில்லையா?" என்று கேட் கிறான்.

> குலம் நினையல், நம்பி!
> கொழுங் கயற் கண் வள்ளி
> நலம் நுகர்ந்தான் அன்றே
> நறுந் தார் முருகன்

திருத்தக்க தேவர் அற்புதமான கவிஞர். அவர் சரியான இடத்தில் முருகன் வள்ளியை மேற்கோள் காட்டுவதோடு சாதி பேதம் பாராட்டுகிறவர்களுக்கு அவர் பங்குக்குச் சில சாட்டை அடிகளையும் கொடுத்திருக்கிறார்.

'நலம்' என்றால் பெண்ணிடம் உள்ள அழகு, குணம், இன்பம் எல்லாவற்றையும் குறிக்கும். மேற்சாதிப் பெண் என்றால் தான் இவையெல்லாம் இருக்குமோ? தாழ்ந்த சாதிப் பெண் என்றால் இருக்காதோ? தாழ்ந்த சாதிப் பெண் என்ப தற்காக அவள் தரும் இன்பமும் தாழ்ந்ததாகத்தான் இருக் குமோ? என்று குத்தலாகக் கேட்கிறார் திருத்தக்க தேவர்.

உண்மைதானே. மற்ற எல்லா விஷயங்களிலும் தீண்டாமை யைக் கடைப்பிடிப்பவர்கள் கூட இந்த ஒரு விஷயத்தில் அதை வசதியாக மறந்துவிடுகிறார்கள் அல்லவா?

அடுத்து, பாரதிக்கு வருவோம். முருகனின் பிரதாபங்களைப் பாடுகிறார் பாரதி. அவன் வள்ளியைக் கரம் பிடித்ததைச் சொல்ல வருகிறார். அங்கே வேண்டுமென்றே ஒரு சில்மிஷம் செய்கிறார்.

> பல்லினைக் காட்டி வெண்
> முத்தைப் பழித்திடும் வள்ளியை – ஒரு
> பார்ப்பனக் கோலம்
> தரித்துக் கரம் தொட்ட வேலவா!

முருகன் வள்ளியை மணம் புரிந்த போது பார்ப்பனக் கோலத்தில் இருந்தான் என்று ஒரு புதுத் தகவலைத் தருகிறார் பாரதி. பாட்டைப் படிக்கும் போதே இது வேண்டுமென்றே இங்கே புகுத்தப்பட்டிருக்கிறது என்பது தெரிந்துவிடுகிறது.

பாரதி ஏன் இப்படிச் செய்தார்? சாதி பேதம் பாராட்டுவது மடமை என்று சொன்னால் காலங்காலமாக அதிலேயே ஊறிக் கிடக்கும் மனிதர்களுக்குக் கோபம் வருகிறது; அடிக்க வருகிறார்கள். அதனால்தான் பாரதி இந்த வம்பே வேண்டாமென்று சாதிகள் இல்லையடி பாப்பா! என்று குழந்தைகளுக்குச் சொல்லப் போய்விட்டார்.

பெரியவர்களுக்கும் சொல்லியாக வேண்டுமே? நேரடியாகச் சொன்னால்தானே வம்பு? பாரதி புத்திசாலி. எப்படிச் சொன்னால் இந்தப் பெரியவர்களுக்கு உறைக்கும் என்று அவருக்குத் தெரியும். அதனால்தான் சாதி பேதம் பாராட்டாதே என்று வெளிப்படையாகச் சொல்லாமல், முருகன் பிரதாபங்களை லயித்துக் கேட்பவர்களிடம், முருகன் வள்ளியை மணம் புரிந்தபோது பார்ப்பனக் கோலத்தில் இருந்தான் என்று போகிற போக்கில் சொல்லிவிட்டுப் போகிறார்.

தீக்கொளுத்திப் போட்டாயிற்று. இனி, எரியாமல் இருக்காது. படிக்கிறவன் அறிவுடையவனாக இருந்தால் சிந்திக்க ஆரம்பிப்பான. 'குலத் தாழ்ச்சி உயர்ச்சி சொல்லல் பாவம்' என்று உணர்த்தத்தான் முருகன் பார்ப்பனக் கோலத்தில் வள்ளியை மணம் புரிந்தானோ? அப்படியென்றால் அவனைத் தெய்வம் என்று வணங்கும் நாம் சாதி வேற்றுமை பார்ப்பது எவ்வளவு பெரிய குற்றம்? என்று எண்ணுவான். மனம் மாறுவான். இந்த மன மாற்றம்தான் சிறந்தது. இதை ஒரு நேரடியான அறிவுரை சாதிக்காது. அதனால் தான் பாரதி இப்படிச் சொன்னார்.

அடுத்து, புதுக்கவிதைக்கு வருவோம். 'வள்ளி சிரித்தாள்' என்ற தலைப்பில் கொ. மா. கோதண்டம் எழுதிய கவிதை இது:

சப்பரத்திலே வள்ளியும் முருகனும்
காஸ்லைட் தூக்கியவாறு
நான் முன்னால் சென்றுகொண்டிருந்தேன்
அபிஷேகத்திற்காகப்
பன்னீர் பாட்டிலுடன் வந்த பட்டர்
என் மீது மோதிவிட்டார்
'டேய், மடப் பயலே! தீட்டாச்சேடா,
நான் குளிச்சிட்டில்லேடா
சாமி கிட்டே போகணும்'
நான் சப்பரத்தைப் பார்த்தேன்
வள்ளியின் உருவம்
சிரித்துக் கொண்டிருந்தது

வள்ளியின் சிரிப்புக்குத்தான் எவ்வளவு அர்த்தம்? 'தாழ்த்தப் பட்டவன் மீது இவரே போய் மோதிக்கொண்டு தீட்டாகி விட்டதே என்று இந்த பட்டர் இவ்வளவு குதி குதிக் கிறாரே இவர் யாரை வழிபட வந்தார்? என்னைத் தொட்டுத் 'தீட்'டான உங்களையும், உங்களைத் தீட்டாக்கிய என்னையுமல்லவா? தாழ்த்தப்பட்டவன் மேலே பட்டாலே தீட்டு என்றால் அவன் தூக்கிச் செல்கிறானே விளக்கு, அது தீட்டாகவில்லையோ? அந்த விளக்கிலிருந்து வரும் வெளிச்சம் தீட்டாகவில்லையோ?' என்றல்லவா வள்ளியின் சிரிப்பு கேட்கிறது? ஆனால் இதையெல்லாம் கவிஞர் வெளிப்படையாகச் சொல்ல வில்லை. வெளிப்படையாகச் சொல்லியிருந்தால் இது கவிதை ஆகியிருக்காது; கட்டுரை ஆகியிருக்கும்.

ஒவ்வொரு காலத்திலும் கவிதை ஒவ்வொரு விதமாகப் பேசுகிறது என்பதை விளக்குவதற்காகத்தான் இதை நான் எழுதுகிறேன்.

திருத்தக்க தேவரின் கவிதையை விட பாரதியின் கவிதை நம்மை அதிகமாகப் பாதிக்கிறது. கோதண்டத்தின் கவிதையோ இந்த இரண்டையும் விட அதிகமாகப் பயங்கரமாகப் பாதிக்கிறது. இதற்கு என்ன காரணம்?

மூவரும் சொல்ல வந்த கருத்து ஒன்றுதான். ஆனால் சொன்ன முறை வேறு. காலம் வளர வளர ஒவ்வொன்றும் பரிணாமம் அடைகிறது. கவிதையும் பரிணாமம் அடைந்திருக்கிறது. சொல்லும் முறையில் மாற்றம் ஏற்பட்டிருக்கிறது.

தேவர் நீதியை நேரடியாகச் சொல்லி, அதை விளக்க முருகன் வள்ளி கதையை எடுத்துக் காட்டுகிறார். இது அவருடைய காலத்துக் கவிதைப் போக்கு.

கால வளர்ச்சியில் உளவியல் அறிஞர்கள் பல அரிய உண்மைகளைக் கண்டுபிடித்துச் சொன்னார்கள். இந்த உண்மைகள் குறிப்பாகக் கலை இலக்கியத் துறைகளில் பெரும் புரட்சியை ஏற்படுத்திவிட்டன.

நேரடியாக நீதி போதனை செய்தால் மனிதனுக்குப் பிடிப்பதில்லை. அதை அவன் வெறுக்கிறான்; சலிப்படைகிறான்; நிராகரிக்கிறான். ஏனென்றால் அது அவனுடைய சுய மரியாதையைக் காயப்படுத்துகிறது. அந்த நீதியை வெளிப்படையாகச் சொல்லாமல் அவனே உணர்ந்துகொள்ளும் படி ஒரு கதை அல்லது நிகழ்ச்சி அல்லது காட்சியின் மூலமாக மறைமுகமாகச் சொன்னால் அந்த நீதியை அவன் ஏற்றுக்கொள்வது மட்டுமல்ல அது அவனுடைய இதயத்தில் ஆழமாகவும் பதிந்துவிடுகிறது.

இங்கர்சால் சொன்னார்: ரோஜா தன் இதழ்களில் 'உண்மையே பேசு', 'பிறரை ஏமாற்றாதே' என்ற நீதி வாசகங்களோடு பூத்தால் மனிதர்கள் அதைப் பார்ப்பதையே விட்டுவிடுவார்கள்; பூந்தோட்டத்தின் பக்கமே போக மாட்டார்கள். ஆனால் ரோஜாவைப் பார்த்து ரசிப்பவர்கள் அதன் அழகினால் அழகடைகிறார்கள்; மென்மையால் மென்மையடைகிறார்கள்; மணத்தால் மணம் கமழ்கிறார்கள். இது ஆழமான பாதிப்பு. இது மறைமுகமாக நடக்கிறது. இந்தப் பாதிப்பை அடைந்தவன் தானே நல்லவனாகிவிடுகிறான். அவனுக்கு நீதி போதனைகள் தேவையில்லை. இலக்கியம் இப்படித்தான் செயல்பட வேண்டும்.

காலப்போக்கில் கவிஞர்கள் இதைத் தெரிந்து கொண்டார்கள். நேரடியாகச் சொல்வதைவிட மறைமுகமாகச் செல்வதற்கு ஆற்றல் அதிகம். எல்லாவற்றையும் வெளிப்படையாகச் சொன்னால் சுவை இருக்காது. அது கவிதையின் வேலையும் அல்ல.

வாசகனுக்கு ஒன்றைக் கொடுக்க விரும்புகிறவன் தானே எடுத்துக் கொடுத்துவிடக் கூடாது. வாசகன் தானே சென்று அதை அடையும்படி அதை நோக்கி அவனை ஈர்க்க வேண்டும். அப்போதுதான் வாசகன் அதை உண்மையாகவே அடைவான்.

கவிஞர்கள் இதையெல்லாம் தெரிந்துகொண்டதால்தான் சொல்லும் முறையில் பெரிய மாற்றங்கள் ஏற்பட்டன. பழைய இற்றுப் போன உத்திகளையெல்லாம் தூக்கி எறிந்துவிட்டு ஆழமான பாதிப்புகளை ஏற்படுத்தும் படிமம், குறியீடு ஆகியவற்றைக் கவிஞர்கள் கையாளத் தொடங்கிவிட்டனர். இதனால்தான் பழைய மரபுக் கவிதைகளை விடப் புதுக்கவிதைகள் அதிகமான பாதிப்பை ஏற்படுத்துகின்றன.

மரபுக் கவிதைக்கும் புதுக்கவிதைக்கும் என்ன வேறுபாடு? புதுக்கவிதை என்ன சாதித்தது? என்று இன்னமும் கேட்டுக் கொண்டிருப்பவர்களுக்கு இதில் விடை இருக்கிறது.

■